D1772026

அருண்மொழிவர்மன்

சுதர்சன் ஸ்ரீநிவாசன் என்ற இயற்பெயரைக் கொண்ட இவர் 1979 இல் கொழும்புவில் பிறந்து பதுளை, கொழும்பு, நவாலி, சுதுமலை ஆகிய இடங்களில் வசித்து 1997 இல் கனடாவுக்குப் புலம்பெயர்ந்தார். தற்போது மார்க்கம் நகரில் மனைவி மற்றும் இரண்டு பிள்ளைகளுடன் வசித்துவரும் இவர் வங்கியொன்றில் மனிதவள நிர்வாகம், நிதி நிர்வாகம் ஆகிய துறைகளில் பணியாற்றி வருகின்றார்.

தமிழில் வலைப்பதிவுகள் பரவலான கவனத்தைப் பெற்ற காலப்பகுதியில் வலைப்பதிவுகள் மூலமாக எழுதத் தொடங்கிய அருண்மொழிவர்மன் தற்போது தாய்வீடு பத்திரிகையின் ஆலோசகர் குழு உறுப்பினராகவும் புதிய சொல் இதழின் ஆசிரியர்களில் ஒருவராகவும் விதை குழுமம், பகு பதம் ஆகிய அமைப்புகளின் அங்கத்தவராகவும் செயற்பட்டுவருகின்றார். எழுநா ஊடக நிறுவனத்தின் இயக்குநர்களில் ஒருவராக 2012 - 2015 வரையான காலப்பகுதியிலும் நூலக நிறுவனத்தின் வழிகாட்டுனர் சபை, இயக்குனர் சபை ஆகியவற்றின் அங்கத்தவராக 2011 - 2021 வரையான காலப்பகுதியிலும் நூலகம் கனடாவின் இயக்குனர்களில் ஒருவராக 2011 - 2020 வரையான காலப்பகுதியிலும் அங்கம் வகித்துள்ளார்.

www.arunmozhivarman.com
மின்னஞ்சல் முகவரி suthan258@gmail.com

அருண்மொழிவர்மன்

தாயகக் கனவுகள்

பிரதிகளை முன்வைத்து
ஓர் உரையாடல்

வடலி

தாயகக் கனவுகள்
உரிமை: அருண்மொழிவர்மன்
முதல் பதிப்பு: தை 2022
வெளியீடு: வடலி வெளியீடு
மின்னஞ்சல்: sales.vadaly@gmail.com,
www.vadaly.com
விற்பனை மற்றும் தொடர்புகளுக்கு
கனடா: +1-647.896.3036
நூல் வடிவமைப்பு: Dhilip Rajendran
அட்டை வடிவமைப்பு: சந்தோஷ் நாராயணன்
விற்பனை உரிமை:
கருப்பு பிரதிகள்
293, அகமது வணிக வளாகம், 2 ஆம் தளம்,
இராயப்பேட்டை நெடுஞ்சாலை, சென்னை 600 014
பேச: 94442 72500
மின்னஞ்சல்: karuppupradhigal@gmail.com
விலை: ரூ150

Thayaka kanavukal
© Arunmozhivarman
First Edition: January 2022
by: Vadaly Veliyeedu
35, Longmeadow Road, brampton, ON
canada l6p2b1
PH: 647.896.3036
Email: sales.vadaly@gmail.com,
www.vadaly.com
Layout: Dhilip Rajendran
Cover Design: Santhosh Narayanan
Distribution liccence:
Karuppu Pradhigal,
293, Ahamed Comercial Complex IInd Floor,
Royapettah High Road, Chennai 600 014,
Tamil Nadu, South India
Mobile: 94442 72500
Email: karuppupradhigal@gmail.com
Price: Rs.150

நினைவுகளாய் வாழும்
விசாகனுக்கு...

சொல்லித்தந்து வழிகாட்டிய
வளர்மதி
எஸ்.கே. விக்னேஸ்வரன்

நன்றி

இந்தத் தொகுப்பில் உள்ள கட்டுரைகளை வெளியிட்ட

வைகறை
கீற்று
தாய்வீடு
தேடகம்

தாயகக் கனவு நோக்கிய ஒரு மாற்றத்துக்கான குரல்!

2013 இல் கனடாவுக்குப் புலம்பெயர்ந்து வந்தபோது, இனி நான் வாழப்போகிற இந்த நாடு எப்படிப்பட்டது, இங்குள்ள மக்கள் என்ன செய்கிறார்கள், இலங்கையிலிருந்து இங்கு புலம்பெயர்ந்து வாழும் தமிழ் மக்கள் எத்தகைய நடவடிக்கைகளில் ஈடுபடுகிறார்கள் என்பவை பற்றிய எத்தகைய ஒரு விரிவான புரிதலும் என்னிடம் இருக்கவில்லை. தாயகம் பத்திரிகை, தாய்வீடு இதழ், காலம் சஞ்சிகை என்ற இந்த மூன்றையும் தவிர கனடாவில் இருந்து வெளிவரும் வேறெந்த இதழ்களையும் நான் அறிந்திருக்கவில்லை. மனவெளி நாடகக் குழுபற்றி அறிந்திருந்தேன்; தேடகம் அமைப்புப் பற்றித் தெரிந்திருந்தேன்; அவர்களது நாடகங்கள் மற்றும் சமூக செயற்பாடுகள் பற்றித் தெரிந்து வைத்திருந்தேன். ஆயினும் அவை எல்லாமே மிக மேலோட்டமான தகவல்களுக்குள் மட்டுப்படுத்தப்பட்டவையாகவே இருந்தன. ஏற்கனவே இலங்கையில் இருக்கும்போது எனக்குத் தெரிந்திருந்த, முன்னரே கனடாவுக்குப் புலம்பெயர்ந்திருந்த பல நண்பர்கள் இங்கு இருந்தார்கள். அவர்களுடனான தொடர்புகளினூடாக, பின்னால் எனக்குப் புதிதாகப் பல நண்பர்களது தொடர்பும் கிடைத்தது. அவர்களுள் கலை, இலக்கியம், அரசியல், ஊடகவியல், சமூக செயற்பாடு என்று பல்வேறு துறைசார்ந்த, தமக்கென தனித்துவமான பார்வையும் செயலூக்கமும் கொண்டவர்களும் இருந்தார்கள். ஆயினும், அவர்களது அரசியல், கலை, இலக்கியம், சமூக செயற்பாடு என்ற துறைகள் சார்ந்து பேசவும் பழகவும் கிடைத்த ஆரம்பகாலப் பொழுதுகளில், சமூக செயற்பாட்டுக்கான அவர்களது முயற்சிகளில் ஒருவகையான சோர்வு நிலை காணப்படுவதாகவே உணர்ந்தேன். இதற்குப் பல காரணங்கள் இருக்கலாம். அந்தக் காரணங்கள் எல்லாவற்றையும் அடையாளம் காணுமளவுக்கு கனடிய வாழ்க்கைமுறையையோ, அதில் ஒரு புலம்பெயர் சமூகமாக ஈழத்தமிழ் மக்கள் எதிர்கொள்ளும் சவால்கள் என்ன என்பது பற்றியோ எனக்கு போதிய அறிவோ அனுபவமோ இருக்கவில்லை. நூல் வெளியீடுகள், நாடகவிழாக்கள், கலை நிகழ்ச்சிகள் போன்ற நிகழ்வுகளுக்கு அப்பாலான வேறு நிகழ்வுகளைக் காணமுடியவில்லை.

ஊடகத்துறை மிகவும் பலவீனமாக இருந்தது. மாற்றுச் சிந்தனைகளும், புதிய சிந்தனைக்கான வெளியை உருவாக்கும் செயற்பாடுகளும் மிகவும் அரிதாகவே இருந்தன. ஒருவகையில், இங்குள்ள வாழ்க்கை முறையில் இது தவிர்க்க முடியாததோ என்ற எண்ணம் என்னைத் தொந்தரவு செய்துகொண்டிருந்தது,

இவ்வாறான ஒரு சூழலில் தான் நண்பர் அருண்மொழிவர்மனுடனான தொடர்பு எனக்குக் கிடைக்கிறது. நூலகம் நிறுவனத்தின் ஒரு செயற்பாட்டாளராகவே அவர் எனக்கு அறிமுகமானார். அந்த அறிமுகத்தைத் தொடர்ந்து அவ்வப்போது நடந்த சந்திப்புக்களின் போதான உரையாடல்களின்போது வெளிப்பட்ட, தேடல் தொடர்பாக அவரிடம் இருக்கும் ஆர்வம் என்னை மிகவும் கவர்ந்தது. தேடல் என்பது, தான் கொண்டிருக்கும் கருத்துநிலை கேள்விக்குள்ளாக்கப்படும்போது, அதை உள்வாங்கவும் ஆராயவும் தயாராக இருந்தால் மட்டுமே விரிவுகொள்ளக் கூடியது. தேடல் விரிவடையும் போதே தேடும் விடயம் சார்ந்த உண்மைகளின் பல்வேறு பரிமானங்களையும் அறிந்துகொள்ளும் வாய்ப்புக் கிடைக்கிறது. மாறாக, தான் கொண்டிருக்கும் கருத்துநிலையே சரியானது என்பதற்கான ஆதாரங்களை மட்டும் திரட்டுவது தேடல் அல்ல. அது ஒருபோதும் உண்மையை நெருங்கிச் செல்ல ஒருவரை அனுமதிக்கப் போவதில்லை. அவரிடம் தான் அறிந்திருக்கின்ற ஒவ்வொரு விடயம் தொடர்பாகவும் ஆழமும் துல்லியமும் கொண்ட தெளிவை அடைவதற்கான தேடல் இருந்தது. அந்த வகையில் சிந்திக்கின்ற, கனடாவிற்கு வந்தபிறகு எனக்குப் புதிதாக அறிமுகமான பல நண்பர்களில் மிகவும் தனித்துவமும், ஆர்வமும் கொண்டவர்களாக நான் அடையாளம் கண்டவர்களில் நண்பர் அருண்மொழிவர்மன் முக்கியமானவர். தனது சொந்த வாசிப்பினூடாகவும் தேடல்களூடாகவும், பல்வேறு சிக்கலான விடயங்கள் தொடர்பாக அவரிடம் எழும் கேள்விகளை, ஒரு சமூக செயற்பாட்டாளருக்கு இருக்க வேண்டிய, அவ்வாறு தன்னை வளர்தெடுத்து முன்செல்ல அவசியமான அடிப்படைகள் குறித்தான கேள்விகள் என்று அடையாளம் கண்டு கொண்டேன். இதன் காரணமாக ஒரு வாரத்தில் ஒருதரமாவது நீண்ட நேரம் உரையாடுவதும் கருத்துக்களைப் பரஸ்பரம் பகிர்ந்துகொள்வதும் அவற்றை மேலும் விரிவாக விவாதிப்பதும், அவரது சமூக செயற்பாட்டு நிகழ்வுகள் தொடர்பாக தோழமையுடன் எனது கருத்துக்களைப் பகிர்ந்து கொள்வதும் என்று எங்கள் உறவு தொடர்ந்தது.

உண்மையில், கனடாவில், நண்பர் கற்சுறா அவர்களது முன் முயற்சியில் நடத்தப்பட்ட 48வது இலக்கியச் சந்திப்பு நிகழ்வுக்கான நிகழ்ச்சிகளைத் திட்டமிடுவதற்காக உருவாக்கப்பட்ட ஏற்பாட்டுக் குழுவில் நண்பர் அருண்மொழிவர்மனது முன்மொழிவின் அடிப்படையில் நானும் இணைந்து செயற்பட்டபோதே அவருடனான எனது உறவு மேலும் விருத்தி கொண்டது என்று நினைக்கிறேன். ஒரு சமூக செயற்பாட்டாளருக்கு இருக்கவேண்டியதென நான் புரிந்துகொண்டுள்ள அனைத்து அம்சங்களும் கொண்ட ஒரு ஆளுமையாக அவரை நான் இனம் கண்டுகொள்ள இந்தச் சந்தர்ப்பம் நல்லதொரு வாய்ப்பை எனக்கு வழங்கியது. அதைத் தொடர்ந்து அவரது எல்லா வகையான சமூக செயற்பாடுகள், சமூக அரசியல் கருத்துருவாக்கம், கலை இலக்கிய சமூக செயற்பாடுகள் என்ற பல்வகைப்பட்ட முயற்சிகளிலும் நானும் ஏதோ ஒருவகையில் மிகச் சிறிய அளவிலாயினும் அவருடன் தொடர்ச்சியான உரையாடலில் ஈடுபட்டு வருகிறேன் ஒருவகையில் எங்கள் இருவருக்குமிடையிலான உறவை, கொள்ளலும் கொடுத்தலுமான தோழமை உறவாகப் பரிணமித்து வளரும் ஒரு உறவு என்று சொல்லலாம் என்று நினைக்கிறேன்.

அந்த வகையில் அவரது சமூகம் சம்பந்தப்பட்ட எல்லா முயற்சிகளையும் பற்றி எனக்கு மிகுந்த மதிப்பும் ஆர்வமும் உண்டு. புதிய சொல் இதழை அவரும் அவரது நண்பர்களும் இணைந்து வெளிக்கொணர்ந்தது முதல், இப்போது அவர் செயற்பட்டுவரும் விதை குழுமம் ஊடாக நடந்துவரும் நிகழ்வுகள் வரை நான் ஒரு தொடர்ச்சியான பார்வையாளனாக, ஆதரவாளனாக, சில சமயங்களில் ஒரு நேர்ப்படியான விமர்சகனாகவும் இருந்து வருபவன் என்ற முறையில், அவரது 'தாயகக் கனவுகள்' என்ற இந்த நூல் அவர் ஒரு சமூக செயற்பாட்டாளராக வளர்ந்துவந்த வழித்தடத்தை அடையாளம் காட்டும் ஒரு நூல் என்று என்னால் துணிந்து கூற முடியும்.

நண்பர் அருண்மொழிவர்மனது இந்த நூலிலுள்ள கட்டுரைகள் அவர் கடந்த கிட்டத்தட்டப் பத்தாண்டு காலத்தில் அவ்வப்போது எழுதி, வெவ்வேறு இதழ்களில் வெளியான கட்டுரைகள். நூலின் தலைப்பாகவந்துள்ள 'தாயகக் கனவுகள்' என்ற கட்டுரை, ஒருதசாப்தகால இடைவெளிக்குப் பின் நாடுதிரும்பியபோது பெற்ற தனது அனுபவங்களை, தாயகம் பற்றித் தனக்கிருந்த கனவுகள் வெறும் கனவுகளாகவே இருக்க தாயகம் எவ்வாறு மாறிப்போயிருக்கிறது என்பதை, தான் ஏற்கனவே வாசித்த மிலன் குந்தேரா அவர்களது 'மாய மீட்சி' என்ற நாவலின் கதையுடன் ஒப்பிட்டு உரையாடுகிறது. யுத்தம் நாளாந்த இயல்பு வாழ்வின் ஒரு பகுதியாகிவிட்ட காலப்பகுதியில்

வாழும் சமூகம் எவ்வாறு தன்னைத் தகவமைத்துக் கொள்ளும் விதத்தில் முற்றாக மாற்றம் கண்டுவிடுகிறது என்பது, அவருக்கு வெறும் அதிர்ச்சிச் செய்தியாக அல்லது கலைந்துபோன கனவாக மட்டுமல்ல, மிகவும் ஆபத்தான, மனித உரிமைகள் எவையும் கணக்கில் எடுக்கப்படாத ஒரு மோசமான நிலை அங்கு உருவாகியிருப்பதை அடையாளம் காணவும் வைக்கிறது. அங்குள்ள மக்களை வழிநடத்தும் அரசியலின் பலவீனம், நடக்கும் நிகழ்வுகளின் குரூரம் எல்லாம் இது இலங்கையே அல்ல என்ற என்ணத்தை அவருக்கு ஏற்படுத்துகின்றன. அவை ஏன் அப்படி நடக்கின்றன, அதற்கான காரணம் என்ன என்ற கேள்விகளை எழுப்பி விடைதேடும் முயற்சியை மேற்கொள்ளும் ஒரு கட்டுரையாக இக்கட்டுரை அமைகிறது. இந்தப் பார்வையின் வளர்ச்சியும் விரிவுமாகவே நூலின் ஏனைய கட்டுரைகள் அமைகின்றன. அவை ஒவ்வொன்றும் ஒன்றிலிருந்து இன்னொன்று மேலும் புதிய பரிமாணங்களுடன் விடயங்களை அணுகும் வளர்ச்சியை வெளிப்படுத்துபபவையாக அமைகின்றன. இந்நூலிலுள்ள கட்டுரைகள் முதலாவதும் இறுதியானதுமான கட்டுரைகள் தவிர்ந்த ஏனையவை அவர் வாசித்த நூல்கள் பற்றிய விமர்சனங்களாக அமைந்தபோதும், அவரது விமர்சனப் பார்வை வெறுமனே நூலின் உள்ளடக்கம் சார்ந்ததாக மட்டும் குறுகிவிட்டதாக அல்லாமல், அவற்றின் பின்னணியில் உள்ள போக்குகள், நோக்குகள் பற்றிய விமர்சனங்களாகவும் அமைந்துள்ளதை நூலைப் படிக்கும் வாசகர்கள் புரிந்துகொள்வர்.

தனது இந்தக் கட்டுரைகளுக்காக அவர் தேர்ந்தெடுத்த நூல்கள் அவை பேசுகின்ற விடயப்பரப்பின் சமூக, அரசியல் முக்கியத்துவம் கருதியே அவரால் தேர்ந்தெடுக்கப்பட்டுள்ளன என்றே நினைக்கிறேன். அப்படி இல்லாமலும் இருக்கலாம். ஆயினும் அவர் கொண்டிருக்கும் சமூக அரசியல் சார்ந்த கண்ணோட்டத்தின் அடிப்படையில்.அவற்றைத் தெளிவாகவும் தர்க்க நேர்த்தியுடனும் அணுகுபவையாக இக்கட்டுரைகள் அமைந்துள்ளன. இவை பொதுவாக மூன்று விடயங்களை அடிப்படையாக வைத்து எழுதப்பட்டுள்ளன என்பதை இவற்றை வாசிக்கும் ஒருவரால் அடையாளம் காணமுடியும். முதலாவதாக நூலின் பேசுபொருள், அதன் முக்கியத்துவம் என்பவற்றைக் குறிப்பிட்டு, அவற்றை அடிப்படையாகக் கொண்டு நூல் சொல்லவரும் விடயத்தினை அடையாளம் காட்டுதல், இரண்டாவதாக, நூல் எழுதப்பட்டிருக்கும் விதத்தில் வெளிப்படும் பலங்களும் பலவீனங்களும் பற்றிய அவதானிப்பு முன்வைக்கப்பட்டு அவை அலசப்படுகின்றன, மூன்றாவது பகுதி, அந்த நூலின் பலம் அல்லது பலவீனத்தை மதிப்பிடுகிறது. பலவீனங்கள் சில சமயம் தகவல் தவறுகளாகவோ அல்லது வேண்டுமென்றே

கவனிக்கப்படாமல் விடப்பட்டவையாகவோ இருக்கலாம். ஆனால் அவை எப்படி அந்த நூலையும் அதன் நோக்கையும் ஊறுசெய்கின்றன என்பதை தெளிவுபடுத்துவதாக இந்தப் பகுதி அமைகிறது. அல்லது வேறுவிதமாக சொல்வதானால், அது தன் பேசுபொருளை ஒரு இலக்கிய முழுமையாக தந்த அல்லது தராத படைப்பு என்று வரையறை செய்வது, அல்லது எழுத்தாளரது சமூக, அரசியல், வரலாறு சார்ந்த பார்வை எவ்வாறு ஒரு நூலின் முழுமையை பாதிக்கிறது அல்லது வளப்படுத்துகிறது என்பதை வரையறை செய்வது என்பதாக அமைகிறது.

என்னைப் பொறுத்தவரை, ஒரு சமூக செயற்பாட்டாளர் எப்போதும் தன் முன்னால் நடக்கும் எல்லா நிகழ்வுகளையும், தான் சரியென நம்பும் கருத்துநிலை அல்லது கோட்பாட்டுநிலை நின்று நோக்கவும், அவற்றை ஆராயவும், அவற்றிலிருந்து கற்றுக் கொள்ளவும், தான் சார்ந்த கருத்து நிலையையும் கூட தேவைப்படும்போது திருத்திக்கொள்ளவும் தயாராக இருக்க வேண்டும். ஒரு சந்தர்ப்பத்தில், நமது அறிவுக்கும் அனுபவத்துக்கும் எட்டிய அளவில் சரியானதாகத் தோன்றும் ஒரு விடயம், உண்மையிலேயே சரியானதாகவோ அல்லது எல்லாச் சந்தர்ப்பங்களிலும் சரியானதாகவோ இருக்கும் என்று உறுதியாகக் கொள்ளமுடியாது. அதுவும், சமூகவியல் சம்பந்தப்பட்ட விடயத்தில் இது மிக முக்கியமான ஒரு அடிப்படை விதி என்றே சொல்லலாம். சமூக வாழ்வின் இந்த இயங்கியலைப் புரிந்துகொள்வது ஒரு சமூக செயற்பாட்டாளருக்கு மிகவும் அவசியமானது. அந்தவகையில், இந்நூலிலுள்ள கட்டுரைகள், அவற்றுக்குக் காரணமான நூல்கள் பேச எடுத்துக்கொண்ட விடயங்களுடன் உடன்பட்டும், முரண்பட்டும் கருத்துக்களை முன்வைப்பதன் மூலம், வாசகர்களிடையே நூல்கள் பற்றி மட்டுமல்ல, அவற்றை நோக்கும் நிலைதொடர்பாகவும் தனது கருத்துக்களைக் கொண்டுசேர்க்கிறார். வெறுமனே பொதுப்புத்தியின் பாற்பட்ட நோக்குநிலையை விமர்சிப்பதாக தன்னை மட்டுப்படுத்தாது, அதற்கடுத்ததாக கவனத்திலெடுக்க வேண்டிய விடயங்களையும் முன்வைத்து விவாதிப்பவையாக இக்கட்டுரைகள் அமைந்துள்ளன என்பது இந்த நூலுக்கான முக்கியத்துவம் என்று என்னால் துணிந்து சொல்லலாம்.

நூலின் இறுதிக் கட்டுரையான, முள்ளிவாய்க்கால்: நினைவுகூர்தலில் இருந்து அரசியல் செயற்பாடு நோக்கி என்ற கட்டுரை, ஒரு செயற்பாட்டாளரின் சிந்தனைகளாக எழுதப்பட்ட ஒரு கட்டுரை எனலாம். இன்றைய சூழலின் தேவையைக் கருத்தில் கொண்டு எழுதப்பட்ட இந்தக்

கட்டுரையில் முன்வைக்கப்படும் கருத்துக்கள் மிகவும் முக்கியமானவை. விரிவான கலந்துரையாடலுக்கும் கருத்துப் பரிமாற்றங்களுக்குமான அடிப்படைகளைக் கொண்ட ஒரு அவசியமான ஒரு கட்டுரை.

மொத்தத்தில் இந்த நூல், நமது காலத்தின் ஈழத்தமிழ் அரசியல் இலக்கிய செயற்பாடுகளின் பெரும்போக்கின், தாயகக் கனவின் செல்நெறி மீதான, அதனூடு கேள்விகளுடன் சமாந்தரமாகப் பயணிக்கும் ஒரு சக பயணியின் மாற்றுக் குரல் என்று சொல்லலாம்.

அவரது முதலாவது நூல் இது. அவரது எழுத்துப் பணி தொடரவேண்டும். இன்னும் பேசப்படவேணடிய பல விடயங்கள் பற்றி அவர் பேசவேண்டும். பேசுவார் என்று நம்புகிறேன். "அவருக்கு எனது பாராட்டுகளும் அன்பும்."

எஸ்.கே. விக்னேஸ்வரன்

நவம்பர் 2021,

ரொரன்றோ.

முன்னுரை

2009 இற்கும் 2019 இற்கும் இடைப்பட்ட பத்தாண்டு காலப்பகுதியில் எழுதப்பட்ட பதினைந்து கட்டுரைகளின் தொகுப்பாக இந்தநூல் வெளிவருகின்றது. இந்தக் காலப்பகுதியில் எழுதிய பல்வேறு கட்டுரைகளில் இருந்து ஈழப் போராட்டம், அரசியல், அவை குறித்த நூல்களின் வாசிப்பு என்கிற பின்னணியில் எழுதப்பட்ட கட்டுரைகள் மட்டும் இங்கே தொகுக்கப்பட்டிருக்கின்றன. ஒடுக்குமுறைகளுக்கு எதிரான அனைத்துப் போராட்டங்களும் அவற்றினளவில் முற்போக்கான நடவடிக்கைகள் தான் என்கிற நம்பிக்கையோடு, ஈழப்போர் முடிவுக்குக் கொண்டுவரப்பட்ட ஆரம்ப காலங்களில் அது சார்ந்த வாசிப்புகளிலும் உரையாடல்களிலும் பங்கேற்று எழுதப்பட்ட கட்டுரைகளாகவே இவை அமைகின்றன. இவற்றில் பெரும்பாலான கட்டுரைகள் குறித்த நூல்கள் தொடர்பான நிகழ்வுகளில் வாசிக்கப்பட்ட உரைகளின் கட்டுரை வடிவமாக அமைகின்றன. அன்றைய காலப்பகுதியில் நடந்துகொண்டிருந்த விவாதங்களினதும் உரையாடல்களினதும் தொடர்ச்சியாகவும் எதிர்வினையாகவும் அமைந்தவையே இந்தக் கட்டுரைகள்.

முற்போக்கான தேசியவாதத்தை முன்னெடுத்து தேசிய விடுதலையைப் பெறுவதன்மூலம் சாதியம், வர்க்கம், ஆணாதிக்கம், பாலின ஒடுக்குமுறை என்கிற அனைத்து ஒடுக்குமுறைகளையும் ஒழித்துவிடலாம் என்கிற நம்பிக்கையுடன் அரசியல் கோட்பாடுகளையும் வாசிப்பையும் அணுகத்தொடங்கியிருந்த நான் அதில் பற்றுறுதி கொண்டிருந்ததோடு அந்தப் பற்றுறுதியில் அர்ப்பணிப்போடே எனது செயற்பாடுகளையும் முன்னெடுத்தேன். ஆயினும் தொடர்ச்சியான வாசிப்பும், செயல்வாதமும், உரையாடல்களும் எனக்கு சமூகநீதி குறித்த மேம்பட்ட புரிதலை ஏற்படுத்தின. இந்த மடைமாற்றத்தினூடாக தேசியம், தேசிய வாதம் என்பவற்றைக் குவிமையமாக்கி இருந்த கோணத்தில்

இருந்து சுயமரியாதை, சமத்துவம், மதச்சார்பின்மை என்பவற்றை உள்வாங்கிய சமூக நீதி அரசியலை நோக்கியதாக எனது பார்வையையும் பயணத்தையும் மாற்றிக்கொண்டேன். இந்த நூலில் தொகுக்கப்பட்டுள்ள கட்டுரைகளை இப்போது வாசிக்கின்றபோது அந்த மடைமாற்றத்தை என்னால் உணரமுடிகின்றது. இந்தக் கட்டுரைகள் இதழ்களிலும் இணைய இதழ்களிலும் வலைத்தளங்களிலும் வெளிவந்தபோது அவற்றைப் பொருட்படுத்தி உரையாடிய, விவாதித்த நண்பர்களுக்கும் நன்றி. உரையாடல்கள் தொடரட்டும்.

எனது எழுத்துகளைத் தொகுக்கவேண்டும் என்கிற முயற்சியை 2016 இல் செய்திருந்தேன். வழமைபோலக் கிடப்பில் போட்டு, பல்வேறு காரணிகளால் தாமதமாகிக்கொண்டு வந்த அந்த முயற்சிக்கு மீண்டும் அழுத்தம் கொடுத்தவர் நண்பர் தி. கோபிநாத். அவருடைய தொடர்ச்சியான தொலைபேசி அழைப்புகளும், செல்ல மிரட்டல்களுமே எனது நூலாக்க முயற்சியை முன்னெடுக்கத் தூண்டியது என்றால் மிகையல்ல. புத்தகமாக வெளியிடுவது நல்ல விடயம், கட்டாயம் செய்யுங்கோ என்று என்று சொல்லி ஊக்கப்படுத்திய மதிப்புக்குரிய நண்பர்கள் எஸ்.கே. விக்னேஸ்வரன், சத்தியதேவன், த. அகிலன் ஆகியோருக்கு அன்பும் நன்றியும். தனக்கு அடுத்த தலமுறையினர் தோழமையுடன் வெளிப்படையாக உரையாடுவதற்கான அணுக்கத்தையும் தளத்தையும் தருபவர்கள் அரிதாகவே இருக்கின்றார்கள், அந்த வகையில் எஸ்.கே. விக்னேஸ்வரன் நான் கண்டடைந்த பேறென்றே குறிப்பிடுவேன். அவருடனான தொடர்ச்சியான, நீண்டநேர உரையாடல்களினூடாக நான் நிறைய விடயங்களில் தெளிவடைந்தேன். ஒரு செயற்பாட்டாளராகவும் வழிகாட்டியாகவும் நான் பெரிதும் மதிக்கின்ற அவரிடம் இந்தத் தொகுப்பிற்கு அணிந்துரையைக் கேட்டிருந்தேன். கட்டுரைகளை அனுப்புங்கோ, பார்த்துவிட்டுச் சொல்கிறேன் என்று சொன்னவர் வாசித்துவிட்டு உற்சாகப்படுத்தியதோடு நல்லதோர் அணிந்துரையையும் எழுதித்தந்துள்ளார். அந்த அணிந்துரை என்னை இன்னும் பொறுப்புள்ளவனாக ஆக்கியிருக்கின்றது. இந்நூலை நான் வளர்மதிக்கும் சமர்ப்பணம் செய்திருக்கின்றேன். கோட்பாடுகள் பற்றிய வாசிப்புகளை எப்படி அணுகவேண்டும் என்பதில் இருந்து ஒவ்வொரு விடயங்களிலும் அறமும் விழுமியங்களும் எப்படி கையாளப்படவேண்டும் என்பதையும் சொல்லித் தந்தவர் வளர்மதி. எதையும் நேரடியாகச் சொல்லித்தராமல் சரியான வழிகாட்டல்களினூடாக, தொடர்ச்சியாகத் தேடவேண்டும் என்பதையும் நாம் கண்டடைந்த “உண்மைகளை” நாமே

மீண்டும் மீண்டும் கேள்வியெழுப்பிப் பார்க்கவேண்டும் என்பதையும் சொல்லித்தந்தவர் வளர்மதி.

ஈழத்தவருக்கான பதிப்பகமாக வடலி உருவாவது குறித்து மகிழ்ச்சி என்று வடலி பதிப்பகத்தின் தொடக்கத்தின்போது பதிவொன்று எழுதியிருந்தேன்; பன்னிரண்டாண்டுகள் கழித்து வடலி பதிப்பகத்தின் வெளியீடாகவே எனது முதல் நூல் வெளிவருவதில் மகிழ்ச்சி. பத்தாண்டுகளுக்கு மேற்பட்ட சவால் நிறைந்த பயணத்தில் சலிப்புறாமல் தொடர்ச்சியாக முக்கியமான தொகுப்புகளையும் மொழிபெயர்ப்புகளையும் வடலி பதிப்பகத்தினூடாக வெளியிட்டு வருகின்ற த.அகிலனின் பயணத்தில் இந்தத் தொகுப்பின்மூலம் இணைந்திருப்பது மகிழ்ச்சி.

இந்நூல் நான் எழுதி வருகின்ற முதலாவது நூல். சிறுவயதில் இருந்தே அள்ளி அள்ளிப் புத்தகங்களை வாங்கித் தந்தும் கதைகள் சொல்லியும் என்னை வாசிப்புக்கும் புத்தகங்களுக்கும் நெருக்கமாக்கியவர்கள் பெரியப்பாவும் பெரியம்மாவும். பிறந்தநாட்களின்போது புத்தகங்களைப் பரிசாக வாங்கித் தந்து வாசிப்புப் பழக்கத்தை ஊக்குவித்தவர் அப்பா. எனது எழுத்துக்கும் வாசிப்பிற்கும் மட்டுமல்ல, எனது அனைத்து விருப்பு வெறுப்புகளையும் பகிரக் கூடிய தாய்மை நிறைந்த தோழமையாக, எனக்கு எல்லாமுமாக இருந்தவன், தனது வலைப்பதிவுகளினூடாக எல்லாரும் நன்கறிந்த கிடுகுவேலி விசாகன். இலங்கையில் இருந்து திரும்பிவந்தவுடன் உனது புத்தகத்துக்கு புரூஃப் பார்த்துத்தாறேன் என்று சொல்லிவிட்டுப் போன அவன் பின்னர் திரும்பிவரவேயில்லை. எனது முதலாவது புத்தகம் அவனுக்கு சமர்ப்பணமாகத்தான் வெளிவருகின்றது. எனது எழுத்துகள் கட்டுரைவடிவில் வருகின்றபோது இவர்களில் ஒருவராவது உயிருடன் இருந்திருக்கலாம் என்பது ஏக்கமாகவே தங்கிவிட்டது.

இயல்பான கூச்ச சுபாவத்துடன் தனியனாக வாசித்து, நெருங்கிய நண்பர்களுடன் மட்டும் உரையாடி வந்த எனக்கு எழுத்து, செயற்பாடுகள் என்கிற பயணம் நிறைவானதாக இருந்தாலும் அந்த மாற்றம் சவாலும் சலிப்பும் ஏமாற்றங்களும் நிறைந்ததாகவே தொடங்கியது. அந்தக் காலங்களில் அணுக்கமாய் இருந்து ஆத்மபலம் தந்தவர் கோணேஸ் (தேடகம்); இறுக்கமானவராகவே வெளித்தெரிகின்ற அவர் காட்டிய அபரிதமான அந்த தோழமையை பேறென்றே கருதுகின்றேன். சலிப்புற்ற

பொழுதிலெல்லாம் தொடர்ந்து ஆதரவும் தோழமையும் நல்கிய மயில் (தேடகம்), ப.ஸ்ரீஸ்கந்தன், கீத் குமாரசாமி, தீபன் சிவபாலன், ரமேஷ் ஸ்டீபன், டிலிப்குமார் ஆகியோரின் அன்பு இப்போதும் நெகிழச்செய்கின்றது. அதற்குப்பின்னரான அடுத்த கட்டப்பயணங்களில் இணைந்துகொண்ட சகபயணிகள் கிரிசாந், யதார்த்தன், சதீஸ்குமார், யாழினி, காண்டீபராஜ் ஆகியோருடனான உறவும் தோழமையும் இன்றி என் கடந்த ஏழாண்டுகால செயற்பாடுகள் முழுமைபெற்றிருக்காது.

சிறுவயது முதலே தொடரும் நட்பின் பொழுதுகளை வாசிப்புக்களாலும் பகிர்வுகளாலும் உரையாடல்களாலும் நிறைத்த பாடசாலைக் கால நண்பர்கள் ம.தயாபரன், சி.சயந்தன், ப,தெய்வீகன், ஞா.குணாளன், ந.மயூரன் ஆகியோருடனும் எனது எழுத்து முயற்சிகளுக்கு முன்னோடியாக இருந்த அனைத்துக் கையெழுத்துப் பிரதிகளிலும் என்னுடன் சேர்ந்து செயற்பட்ட நண்பர்கள் மமான்ஸ் ஜான்சன், செ.பிரசன்னா ஆகியோருடனான நட்பும் வாழ்வும் என்னுடைய உருவாக்கத்தில் பெருந்தாக்கம் செலுத்தியிருக்கின்றன. நண்பர்களாலும் நண்பர்களுடன் கழித்த சந்தர்ப்பங்களாலும் நிறைந்ததே என் வாழ்க்கை என்பதை நான் மிகுந்த மனநிறைவுடன் சொல்லிக்கொள்கிறேன். நண்பர்களுக்கு நன்றி பகிர்கின்ற அதேசமயத்தில், இந்தப் புத்தகத்தில் இடம்பெற்றுள்ள விசாகனின் ஓவியத்தை வரைந்து தந்த ஓவியர் ஜீவா அவர்களுக்கும் என் நன்றிகள்.

வாசிப்பு, எழுத்து மற்றும் செயற்பாடுகள் என்று நான் செலவிடுகின்ற நிறைய நேரத்தை எனது குடும்பத்தினர் தவறவிடுகின்றனர் என்பதை நன்கறிவேன். எனினும் அந்தக் குற்றவுணர்வு வந்துவிடாமல் ஆதரவையும் அன்பையும் தரும் மதனிக்கும், அதீதனுக்கும், எயினிக்கும் அம்மா, மற்றும் சகோதரர்களுக்கும் நன்றிகள். எங்கே விழுந்தாலும் அங்கே மடியாகத் தாங்குகின்றவர்களாக குடும்பமும் நண்பர்களும் அமைந்தது நான் பெற்ற பெருஞ்செல்வம். அனைவருக்கும் அன்பு

தோழமையுடன்

அருண்மொழிவர்மன்

பொருளடக்கம்

தாயகக் கனவுகள் 01

The Cage-ஐ முன்வைத்து ஈழப் போர்
எனது வாசிப்புகளூடான ஒரு பார்வை 08

எனது பார்வையில் கொலை நிலம் 25

பெயரிடாத நட்சத்திரங்கள் தொகுப்பை முன்வைத்து
ஈழப் போராட்டத்தில் பெண் புலிகள் 32

ஈழப்போராட்டத்தில் எனது பதிவுகள் 43

நாம் தமிழர் கட்சி ஆவணம் தொடர்பாக சில கருத்துக்கள் 54

நாம் தமிழர் கட்சி ஆவணம் :
ஈழத்தமிழர்கள் எதிர்கொள்ளப்போகும் ஆகப்பெரிய சவால் 57

புஷ்பராணியின் "அகாலம்" 69

சாம்பல் பறவைகள் குறுநாவலை முன்வைத்து 76

அகரமுதல்வனின் "சாகாள்" : சில குறிப்புகள் 84

வெற்றிச்செல்வியின் "ஒரு போராளியின் காதலி" 91

காத்திருப்பு கதை குறித்து... 98

நந்திக்கடல் பேசுகிறது தொகுப்பை முன்வைத்து... 102

தமிழ்நதியின் பார்த்தீனியம் நாவல் 108

முள்ளிவாய்க்கால்: நினைவுகூர்தலில் இருந்து
அரசியல் செயற்பாடு நோக்கி... 116

தாயகக் கனவுகள் XIX

தாயகக் கனவுகள்

2009 ஆம் ஆண்டின் இறுதியில் மிலன் குந்தேரா எழுதிய Ignorance என்ற நாவலின் தமிழாக்கம் மாயமீட்சி என்ற பெயரில் வெளிவருகின்றது என்கிற அழைப்பிதழ்கள் என் மின்னஞ்சல் முகவரியை மொய்த்தபோது நான் இலங்கை போவதற்கான ஆயத்தங்களைச் செய்துகொண்டிருந்தேன். வாழும் தமிழ் பதிப்பக வெளியீடாக மணி வேலுப்பிள்ளையின் மொழி பெயர்ப்பில் எழுத்துப் பிழைகள் சற்று அதிகமாகவே தென்பட்டாலும், சிறப்பான அச்சு நேர்த்தியுடன் புத்தகம் வெளியாகி இருந்தது. நாவலின் கருவும், அப்போது நான் இருந்த மனநிலையும் பெரிதளவும் ஒத்துப் போயிருந்ததால், புத்தகத்தை ஒரே மூச்சிலேயே வாசித்து முடித்தேன். செக் நாட்டில் இருந்து பிரான்ஸில் புகலிடம் பெற்றிருந்தவர்கள், 20 ஆண்டுகள் கழித்து மீண்டும் தம் சொந்த நாடான செக் செல்லும்போது அவர்கள் வாழ்ந்த செக் நாட்டிற்கும், அவர்கள் கற்பனையில் இருந்த செக் நாட்டிற்கும், உறவினர்களுக்கும் நண்பர்களுக்கும் நிஜத்தில் அவர்கள் காணும், உணரும் செக் நாடு மற்றும் மனிதர்களுக்கும் இடையில் இருக்கும் இடைவெளியை சரியாகப் பதிந்துள்ளார் மிலன் குந்தேரா. மொழி பெயர்ப்பில் பயன்படுத்தப்பட்ட சொற்களும், நடையும் நாவலை அணுகுவதில் ஏற்படுத்தியிருந்த சிறு தடைகளையும் மீறி உணர்வு ரீதியாக அண்மையில் அதிகம் பாதித்த புத்தகம் இதுவாகத்தான் இருக்கும்.

பன்னிரண்டு ஆண்டுகளின் பின்னரான இலங்கைப் பயணம்! பதின்மங்களின் இறுதிப் பகுதியில் ஈழத்தை விட்டுப் புறப்பட்ட நான், முப்பதை அண்மித்த வயதில் மீண்டும் ஈழம் நுழைகிறேன். நண்பர்களுடனும், உறவினர்களுடனும் தொடர்ச்சியாக தொலைபேசி மூலமும், கடிதங்கள் மூலமும் தொடர்புகளைப் பேணி வந்தது ஈழத்துடனான என் உறவுகளை தொடர்ந்து உயிர்ப்புடனேயே வைத்திருந்தது. தவிர, தாயகம் மீண்டு இயல்பான வாழ்க்கை வாழவேண்டும் என்ற ஆசையும் ஏக்கமும் அதிகம் இருந்தது. புலம் பெயர்ந்து கனடா வந்த ஆரம்ப நாட்களில் எதிர்காலத்தில் ஈழம் திரும்பி வாழ வேண்டும், அதற்குரிய தகைமையுடன் இருக்கவேண்டும் என்கிற கவனத்துடனேயே கனடாவில் மேற்படிப்பு முதற்கொண்டு, நிறைய விடயங்களைத் தீர்மாணித்துக்கொண்டேன். அங்கீகரிக்கப்பட்ட அகதி அந்தஸ்து என்கிற நிலையைத் தாண்டி குடியுரிமை தொடர்பான எந்த ஒரு அடியையும் கூட கடந்த பன்னிரண்டு வருடங்களில் எடுத்து வைக்கவில்லை. உண்மையில், கனடிய குடியுரிமை பெறுவது என்பதை ஈழத்துடனான என் எல்லா உறவுகளையும் அறுத்துக் கொள்வது என்றே அர்த்தப்படுத்தி இருந்தேன். அதுவேதான் உண்மையாகக் கூட இருந்தது. ஈழத்தில் நான் வாழ்ந்த தெருக்களும், பழகிய மனிதர்களும், நினைவுகளும் என் கனடிய வாழ்க்கைக்கு சமாந்தரமான ஒரு கனவுலகில் எப்போதும் என்னுடன் பயணித்துக் கொண்டேயிருந்தார்கள். ஆனால் நிஜத்தின் வெம்மை ஒரு போதும் கனவில் இருப்பதில்லை என்பதை முகத்தில் அறைந்து உறுதிப்படுத்தியது எனது இலங்கைப் பயணம்.

எந்த ஒரு காரணத்துக்காகவும் சொந்த நாட்டை விட்டு வெளியேறியவர்கள் அந்த நாட்டைப் பொறுத்தவரை அன்னியர்களாகவே பார்க்கப்படுகிறார்கள். இன்னும் சற்று அழுத்தமாகச் சொல்லப்போனால் "மாயமீட்சியில்" மிலன் குந்தேரா சொல்வது போல தாயகத்தை விட்டுப் பிரிந்து போனவர்களை தாயகத்தில் உள்ளோர் இறந்து போனவர்களாகவே பார்க்கின்றனர். அல்லது அப்படிப் பார்க்காவிட்டாலும், தாயகம் பற்றியும், தாயகத்தில் உள்ளோர் தன்னை எப்படி எப்படி எதிர்கொள்வார்கள் என்ற மிகு கற்பனைகளுடனும் தாயகம் செல்பவர்களுக்கு அப்படியே தோன்றுகிறது. இங்கே ஒன்றைத் தெளிவாகவே சொல்லியாக வேண்டும். தாயகத்தை விட்டு

வெளியேறியது முதல் மீண்டும் ஈழம் திரும்பும் நாள்வரை என் பார்வையிலும், கருத்துகளிலும், குணவியல்புகளிலும் நிச்சயம் பெரிய மாற்றங்கள் இருக்கவே செய்கின்றன. நாட்டை விட்டுப் போனவன் அப்படியே திரும்பிவருவான் என்று அங்கிருப்போர் எதிர்பார்ப்பது எவ்வளவு முட்டாள்தனமோ அதை ஒத்த முட்டாள்தனம்தானே, நான் விட்டு வந்த நாள் முதல் தாயகமும் அங்கிருக்கும் உறவுகளும் அப்படியே இருக்கவேண்டும் என்று எதிர்பார்ப்பதும். மாற்றங்கள் நாளாந்தம் நடந்து கொண்டே இருக்கின்றன. நாளும் பார்ப்பவருக்கு மாற்றங்கள் தெரிவதில்லை. இடைவெளி விட்டுப் பார்ப்பவருக்கே மாற்றங்கள் மலை போலத் தெரிகின்றன. என் பதின்ம வயதில் நானும் நண்பன் குணாளனும் ஒரு முடிவெடுத்தோம். ஒரு கன்றுக் குட்டியை அது குட்டியாக இருக்கும்போதிருந்து தினமும் தூக்கிவந்தால், அது பசுவாக அல்லது மாடாக வளர்ந்த பின்னரும் இலகுவாக தூக்கலாம் என்று. அதன்படியே செய்தும் வந்தோம். பின்னர் காலம் தூக்கி எறிய அவன் கொழும்பிலும் நான் கனடாவிலுமாகத் தெறித்து விழுந்தோம். அந்தக் கன்று பசுவாகி எங்கோ இருக்கலாம். ஆனால் இப்போது அதைக் கண்டாலும் எம்மால் அதைத் தூக்க முடியாது. இடையில் விட்ட காலம் அப்படி. அது போலவேதான் நாம் விலகி இருந்த தாயகத்தை மீண்டும் சென்று பார்க்கும்போது அது ஒரு போதும் "நாம் பார்த்த தாயகமாக" இருப்பதில்லை.

ஈழத்தில் இருந்து கனடா திரும்பிய பின்னர் பலரும் "அங்க எப்படி இருக்குது" என்று கேட்டபோதெல்லாம், "இங்கே சொல்வது போல அங்கே இல்லை." என்ற தொடக்கத்துடன் தொடங்கி, என்னால் இயன்றவரை அங்கே நான் கண்ட நிலையினை தெளிவாகவே சொன்னேன். "இங்கே சொல்வது போல அங்கே இல்லை" என்பதன் அர்த்தம் அங்கே எல்லாம் ஒழுங்காக இருக்கின்றது என்பதல்ல. முதலில், மனித உரிமைகள், தனி மனித சுதந்திரம் என்கிற ரீதியில் இப்போது அங்கே இருக்கும் நிலையை அணுகினால், ஈழத்தில், சிங்களவர்களோ, தமிழர்களோ அல்லது முஸ்லீம்களோ வாழும் எந்தப் பிரதேசத்திலும், ஏன் சிங்கள அரசாங்கத்தாலோ அல்லது தமிழ்க் குழுக்களாலோ ஆளப்பட்ட எல்லாப் பிரதேசங்களிலும் மனித உரிமைகளும், தனிமனித சுதந்திரமும் காலவதியாகி எனக்குத் தெரிந்து

தாயகக் கனவுகள் 3

25 ஆண்டுகளாகிவிட்டன. ஈழத்தில் இருக்கும் இன்றைய மிக முக்கிய பிரச்சனையாக அதை மட்டுமே தொடர்ந்து பேசிக் கொண்டிருப்பதை விட்டு மிக அண்மைக் காலத்தில் உருவான கட்டுப்படுத்த முடியாத விலை உயர்வுகள், கண்மூடித்தனமாக பிரயோகிக்கப்படும் குடும்ப அதிகாரம் போன்ற பிரச்சனைகள் தொடர்ந்து பேசப்படவேண்டும். இலங்கையைப் பொறுத்தவரை அதன் தற்போதைய விலைவாசியில், வெளிநாட்டு வருமானம் எதிலும் தங்கியிராத ஒருவர் (இலங்கையில் வாழும் பெரும் பணக்காரர்கள் மற்றும் தொழிலதிபர்களைத் தவிர்த்து) தன் அடிப்படைத் தேவைகளைக் கூட நிறவேற்றுவது சிரமம் என்ற நிலையே நிலவுகிறது. அதிலும் பெரும்பாலும் நகர்ப் புறங்களில். இலங்கையில் விலைவாசி அதிகம் உச்சத்தில் இருக்கும் இடம் என்ற பெயரை இப்போது வெள்ளவத்தை கைப்பற்றி உள்ளது. வெள்ளவத்தையில் இருந்து 10 கிலோ மீற்றர் தூரமே இருக்கக் கூடிய புறக்கோட்டை மற்றும் தெஹிவளை பகுதிகளில் விற்கப்படும் விலைகளை விட ஒன்றரை மடங்கு வரையான விலையில் வெள்ளவத்தையில் பொருட்கள் விற்கப்படுகின்றன. அதே நேரம், வெள்ளவத்தைப் பிரதேசத்தில் இருக்கும் அதிக விலை கொடுத்தும் வாங்கக் கூடிய ஆற்றல் காரணமாக பொருட்கள் அதிகம் தரமானதாக இருக்கின்றன.

இலங்கையில் வெளிப்படையாகக் கவனித்த இன்னொரு விடயம் அங்கே பரவி இருக்கும் வெளிநாட்டு முதலீடுகளும், அந்த முதலீடுகளின் போர்வையிலான தலையீடுகளும். அதிலும் குறிப்பாக சீனத் தலையீடுகள். தெஹிவளைக்கு அண்மையிலான மேம்பாலங்கள், அம்பாந்தோட்டையில் 100 கோடி முதலீடு, கொழும்பில் கட்டபட்டுவரும் “சீனக் கலாசார நிலையம்”, இது தவிர இலங்கைக்கு எதிராக சர்வதேச அமைப்புகளில் சுமத்தப்படும் குற்றச்சாற்றுகளில் இருந்து எப்போதும் இலங்கையைக் காக்கும் ஆதரவுக்கரம் என்று சீனத் தலையீடு நீண்டு கொண்டே செல்கின்றது. அதே நேரம் இலங்கையின் எல்லாவிதமான அராஜகங்களுக்கும் ஆதரவாக மட்டுமன்றி, ஓரளவு பங்காளியாகக்கூட இந்தியாவின் பங்களிப்பு தொடர்கிறது. மறுபுறம் சீனாவின் நட்பு நாடுகளான இரானும், ரஷ்யாவும் கூட அண்மைக்காலமாக இலங்கையின் ஆதரவாளார்களாக நெருங்கி வருகின்றனர். இந்த நாடுகள் இலங்கைக்கு காட்டும் அத்தனை ஆதரவுமே இந்து சமுத்திரத்தில்

தம் ஆதிக்கத்தை நிலைநாட்டுவது தவிர்ந்த வேறு ஒன்றுமே இல்லை. தவிர சீனா, ரஷ்யா, இரான், இந்தியா போன்ற நாடுகளின் ஆலோசனையுடன் தனது நிகழ்ச்சி நிரலை அண்மைக்காலமாகத் தயாரித்துவரும் இலங்கை, எதிர்காலங்களில் இந்த அரசுகள் மாற்றுக் கருத்தாளர்களையும், அரசின் மீது விமர்சனங்களை முன்வைத்தவர்களையும் எப்படி ஒடுக்கின என்பதையும், அவர்களை எப்படி நரவேட்டை ஆடின என்பதையும் தனக்கான முன்மாதிரியாக எடுக்காது என்பது என்ன நிச்சயம். இந்த அந்நியத் தலையீடுகள் பற்றி விமர்சனங்களை முன்வைக்கும் தமிழ் அறிவுஜீவிகள் கூட தம் அரசியல் சார்பு நிலைகளால் தொடர்ந்து சில விடயங்களில் கள்ள மௌனம் சாதித்தே வருகின்றனர். உதாரணமாக பெரும்பாலான இடதுசாரிகள் செய்யும் விமர்சனங்களில் எப்போதும் இந்தியத் தலையீடுகள் பற்றியும், இந்தியப் பேரினவாதம் பற்றியும் தொடர்ந்து குற்றச்சாற்றுகளை முன்வைத்து இறுதியில் உலகத் தொழிலாளரே ஒன்று படுவீர் என்கிற பழைய கோஷங்களுடன் முடித்துவிடுவார்கள். அது போல இந்திய அனுதாபிகளும், நலன் விரும்பிகளும், இந்தியா என்று சொன்னாலே மெய்சிலிர்த்துப்போவோரும் சீனாவே இறுதிப் போரை நடத்தியது என்றும், ராஜீவ் காந்தி படுகொலை மட்டும் நடந்திராவிட்டால் இந்தியா தாம்பாளத் தட்டில் வைத்து தமிழீழத்தைத் தந்திருக்கும் என்றும் கவலைப்பட்டுக் கொள்வார்கள். இது போன்ற எத்து வாதங்களே எம்மை ஒரு போதும் அடுத்த கட்டம் நோக்கி முன்னேறாமல் தேக்கி வைத்திருக்கின்றன என்பதை முதலில் நாம் புரிந்து கொள்ளவேண்டும். கொழும்பில் பல உணவகங்களிலும், சுற்றுலாத் தலங்களிலும் சீனர்களைத் தொடர்ந்து பார்த்தபோது இலங்கையுடனான சீன உறவுகள் அதிகம் நெருங்கி வருவது வெளிப்படையாகவே தெரிந்தது. சீனா போன்ற, தனிமனித சுதந்திரம் ஒடுக்கப்பட்ட சர்வாதிகாரத் தன்மை வாய்ந்த ஓர் அரசுடன் இலங்கையின் ஆளும் கட்சி நெருக்கம் காட்டி வருவது நிச்சயம் இலங்கையில் வாழும் சிறு பான்மையினருக்கு பாதகமான ஓர் அம்சமே.

இலங்கைக் குளிர்பானங்கள் என்றாலே யானை மார்க் சோடாக்கள்தானே ஞாபகம் வரும். ஆனால் இலங்கையில் நிலைமையைப் பார்த்தபோது இன்னும் கொஞ்ச நாளிலேயே யானை மார்க்குக்கும் மூடு விழா நடந்து விடும்போலத்தான்

தெரிந்த்து. அனேகமாக எல்லா சில்லறை வியாபாரக் கடைகளின் பெயர்ப்பலகைகளும் கொக்கோ கோலாவின் உபயத்தில் இருக்க, கொக்கோ கோலா என்கிற பெரிய எழுத்துக்களின் மத்தியில் இருந்து கொண்டு சங்ககாரவும், ஜெயவர்த்தனேயும் கோக் குடிக்க, நடுவில் சிறிய எழுத்துகளில் கடையின் பெயர்ப் பலகையும் இருக்கின்றது. முன்பு அனேகமாக எல்லாக் கடைகளிலும் இருந்த யானை மார்க் குளிர்பான விளம்பரங்களை இப்பொது அனேகமாகக் காணமுடிவதில்லை. கொழும்பில் இருந்த நாட்களில் மாலை நேரங்களில் அதுவும் 96 காலப் பகுதிகளில் வெள்ளவத்தை கடற்கரையோரமாக பம்பலப்பிட்டியில் இருந்து ராமகிருஷ்ணா வீதி வரை நடந்து வருவோம். இப்போது அது உயர்பாதுகாப்பு வலயமாம். மாலை ஆறு மணியின் பின்னர் அங்கே நடமாடமுடியாதாம். ஆனால் கடற்கரையோரமாக இரண்டு கிளைகளுடனும், அது தவிர வெள்ளவத்த, பம்பலப்பிட்டி பகுதிகளில் பல கிளைகளுடனும் *MB* என்ற எழுத்துக்களைத் தாங்கி "மேரி ப்ரௌன்" உணவகங்கள் வரிசையாக இருக்கின்றன. ஒவ்வொரு கிளையும் ஒவ்வொரு வகையான உணவை சந்தைப்படுத்துகிறார்கள். எளிமையாகவும், சுத்தம் மற்றும் சுவையாகவும் இருக்கின்றன உணவுகள். அதே நேரம் கொழும்பில் நான் வாழ்ந்த காலங்களில் அதிகம் போய் வந்த கிறீன்லாண்ட்ஸ் போன்ற உணவகங்களில் உணவை வாயில் வைக்கவே முடியவில்லை. இன்னும் உண்மையாகச் சொல்லப்போனால் எனது இந்தப் பயணத்தில் கொழும்பில் நான் இருந்த காலங்களில் நான் சாப்பிட்ட உணவுகளில் சுவையே இல்லாதது என்றால் கிறீன்லாண்ட்ஸ் சாப்பாடுதான். அதே நேரத்தில் நிறைய துரித உணவகங்கள் விற்பனையை வெகுவாகக் கைப்பற்றி இருக்கின்றன என்றே சொல்லவேண்டும். குறிப்பாக *KFC*. இலங்கையில் இருக்கின்ற *KFC*களில் புரியாணியும், கொத்துரொட்டியும் கூட விற்கப்படுகின்றன. பன்னாட்டு நிறுவனங்கள் தமது பலமான விளம்பரங்கள் மற்றும் வியாபார அணுகுமுறைகள் ஊடாக வியாபாரத்தைக் குறி வைக்கின்றபோது அவற்றிற்கு ஈடு கொடுத்து உள்ளூர் நிறுவனங்கள் செயற்பட முடியாத நிலையே தொடர்கின்றது. முன்பெல்லாம் கொழும்பில் தாராளமாகக் காணக்கிடைக்கும் *Elephant House* ஐஸ்கிறீம் கடைகளைக் கூட இப்போது காணக் கிடைப்பதில்லை. அண்மையில் கூட ஒரு பதிவர், வடக்கு கிழக்கிற்கு இலங்கையின் மற்றைய பகுதிகளில்

இருந்து குளிர் பானங்கள் கொண்டு செல்லப்படுவது தடை செய்யப்பட்டிருந்தபோது பரவலாக விற்கப்பட்ட அர்ச்சயா மற்றும் புத்தூக்கி போன்ற குளிர்பான தயாரிப்புகள் பின்பு காணாமலே போய்விட்டன என்று எழுதி இருந்தார். (அதற்கு அரசியல் காரணங்கள் கூட காரணிகளாக இருக்கலாம்).

இலங்கை செல்லவேண்டும் என்ற கனவுகள் இலங்கை சென்று திரும்பியபின்னரும் கூட கனவாகவே தொடர்கின்றன. இலங்கை சென்றேன். நிறைய இடங்கள் பார்த்தேன். நிறைய அனுபவங்களைப் பெற்றேன். ஆனால் எதுவும் நான் நினைத்த இலங்கையாக இல்லவே இல்லை. சில ஆண்டுகளுக்கு முன்னர் வந்த கன்னத்தில் முத்தமிட்டால் திரைப்படம், ஈழத்தவர்களால் கடுமையாக விமர்சிக்கப்பட்டது. ஆனால் அதில் முக்கியமான ஒரு பார்வையை அனேகமாக எல்லாரும் தவற விட்டே இருந்தார்கள். படத்தில் வரும் அந்தக் குழந்தை தன் தாயிடம் போகவேண்டும், தாயிடம் சில கேள்விகள் கேட்கவேண்டும் என்கிற பெரும் ஏக்கத்துடனேயே தாயகம் செல்கின்றது. தடைகளைத் தாண்டி தாயையும் சந்திக்கிறது. ஆனால் அப்படி சந்திக்கிறபோது தாயாலும் குழந்தையை ஏற்றுக் கொள்ள முடியாமல் இருக்கின்றது, குழந்தை தாயிடம் கேட்கின்ற கேள்விகளுக்குக் கூட தாயிடம் விடை இல்லாமல் இருக்கின்றது, கடைசியில், தனது அடையாளம் தெரிந்தது முதல் தன்னால் இயல்பாக ஏற்றுக் கொள்ளவே முடியாமல் இருந்த வளர்ப்புப் பெற்றோரிடமே குழந்தை திரும்பும்படி ஆகி விடுகின்றது. தாயகம் பற்றிய அதீத கற்பனைகளுடனும், எதிர்பார்ப்புகளுடனும் தாயகம் செல்பவர்கள் கூட கடைசியில் இப்படித்தான் தாயகத்துடன் ஒட்ட முடியாமல் புகலிடத்துக்கே தூக்கி எறியப்படுகிறார்கள் போலும்.

- வைகறை
மார்ச்,2010.

The Cage-ஐ முன்வைத்து ஈழப் போர் எனது வாசிப்புகளூடான ஒரு பார்வை

ஈழத்தில் நடந்தேறிய போரின் இறுதிக் கட்டத்தில் பாரிய அளவில் போர்க் குற்றங்கள் நடைபெற்றிருக்கின்றன என்பதற்கான ஆதாரங்கள் பரவலாக வெளிவந்துகொண்டிருக்கின்ற காலப்பகுதியில் வந்திருக்கின்ற மிக முக்கிய ஆவணங்களில் ஒன்று கோடன் வைஸ் *(Gordon Weiss)* எழுதி வெளிவந்திருக்கின்ற *The Cage: The Fight For Srilanka and The Last Days of Tamil Tigers* என்கிற நூலாகும். அவுஸ்திரேலியாவில் பிறந்த கோடன் வைஸ் இருபது ஆண்டுகளுக்கு மேலாக ஊடகவியலாளராகச் செயலாற்றுவதுடன், கடந்த பன்னிரண்டு வருடங்களாக ஐக்கிய நாடுகள் சபையில் பணியாற்றியவர்; அத்துடன் இறுதிப் போர் கருக்கொண்டு பாரிய அழிவுகளுடன் நடந்தேறிய 2007 முதல் 2009ன் இறுதிவரை ஐக்கிய நாடுகள் சபையின் பேச்சாளராக இலங்கையில் பணியாற்றியவர் என்பதுடன், செய்மதிகளின் துணையுடன் பெறப்பட்ட புகைப்படங்கள் மற்றும் இதர தரப்புகளில் இருந்து பெறப்பட்ட ஆதாரங்களைத் திரட்டி, திட்டமிடப்பட்ட இனப்படுகொலை ஒன்று போரின் இறுதிக்கட்டங்களில் நடந்தேறியது என்பதற்கு வலுச்சேர்த்தவர். சனல் 4 தொலைக்காட்சிக்கு இவர் வழங்கியிருந்த நேர்காணல் ஒன்றும் முக்கியமானது. அந்த நேர்காணலில் *Srilanka war crime is Srebrenica moment* என்று குறிப்பிடுகிறார். **(https://www.channel4.com/news/sri-lanka-war-crimes-is-srebrenica-moment)**

இவரது இத்தகைய செயற்பாடுகளுக்காக இலங்கை அரசாலும், அரசதரப்பு ஆதரவாளர்களாலும் கடுமையாக விமர்சிக்கப்பட்டு வந்தவர். இலங்கையில் பணியாற்றிய காலத்தில் தான் தொகுத்த

தரவுகளுடன் தனது தொடர்ச்சியான உழைப்பினூடாக இலங்கையில் முரண்பாடுகள் எழுந்த வரலாற்றையும் அதன் ஆரம்ப காலம்தொட்டு தொகுத்து The Cage என்கிற இந்த நூலில் ஆவணப்படுத்தி உள்ளார். தமிழ்த் தேசியத்தை ஓயாது பேசிக் கொண்டிருந்தவர்கள் செய்திருக்கவேண்டிய, ஆனால் பலர் செய்யத் தவறிய இந்தக் காரியத்தைச் செய்திருக்கும் கோடன் வைஸின் இந்தப் புத்தகம் நிச்சயமாகப் படிக்கவேண்டிய ஒன்று.

விடுதலைப் புலிகளின் தலைவர் பிரபாகரன் போர்முனையில் சடலமாகக் கைப்பற்றப்பட்டதாக புத்தகத்தின் முதலாம் அத்தியாயம் The Lion's Victory ஆரம்பமாகின்றது. (அண்மையில் ரொரன்ரோவில் நடைபெற்ற ஒரு கலந்துரையாடல் ஒன்றில் சேரன் கிடைக்கின்ற தரவுகளின் அடிப்படையில், பிரபாகரன் இறந்துவிட்டார் என்பதை ஏற்றுக் கொள்ளவேண்டும் என்று சொன்னதற்கே அதற்கு என்ன ஆதாரம் என்று அவருடன் வாதிட்டவர்கள் இருக்கின்றார்கள். மிகத் தீவிரமான ஆதரவாளர்களாக இருந்தவர்கள் பலர் இன்னமும் பிரபாகரன் உயிருடன் இருக்கின்றார் என்பதை நம்பிக்கொண்டே இருக்கின்றனர். அவர்களால் பிரபாகரன் இறந்துவிட்டார் என்று தொடங்கும் இந்த நூலை ஏற்றுக் கொள்வது கூட சிரமமாக இருக்கலாம். ஆனால் குறைந்த பட்சம் அவர் இன்னமும் இருக்கின்றார் விரைவில் மீண்டும் வருவார் என்றே நம்பிக்கொண்டிருக்கும்போது அப்படி நடவாது போகும் இடத்து விடுதலைப் போராட்டம் மிக முக்கிய காலகட்டம் ஒன்றில் தேக்கமடைந்தே போய்விடும் என்றாவது புரிந்துகொள்ளவேண்டும். எனவே பிரபாகரன் இன்னமும் உயிரோடு இருக்கின்றார் என்று சொல்லிக்கொண்டிருப்பது ஒருவிதத்தில் அரசியல் உள்நோக்கம் கொண்டதாகக் கூட இருக்கலாம்)

"சிறீலங்காவில் தனது சொந்த மொழியைப் பயன்படுத்துவது உட்பட்ட உரிமைகள் மறுக்கப்பட்ட தமிழர்கள் புலிகள் கட்டுப்பாட்டின் கீழ் சுதந்திரத்தை மெல்ல நுகர ஆரம்பித்தார்கள். இலங்கையின் மூன்றில் ஒரு பங்கு விடுதலைப்புலிகளின் கட்டுப்பாட்டின் கீழே பத்தாண்டுகளாக இருந்தது. ஒரு நிழல் அரசாங்கத்தையே தமது கட்டுப்பாட்டுப் பகுதிகளில் நடத்திய

புலிகள் இக்காலப்பகுதியில் நீதிமன்றங்கள், ஊராட்சி மன்ற நிர்வாகம், சுங்கம், வரி வசூலிப்பு, காவல்துறை, வங்கிகள், தொலைக்காட்சி, வானொலி போன்ற சேவைகளைக் கொண்டு நடத்தினார்கள். கிழக்கு திமோர், கொசாவா போல தாமும் சர்வதேசத்தால் அங்கீகரிக்கப்படுவோம் என்ற நம்பிக்கை அங்கே மலிந்திருந்தது" என்று கூறும் கோடன் வைஸ் போரின் முடிவு பெரும்பான்மையான இலங்கையருக்கு "அமைதியைக்" கொண்டுவந்தாலும் அரசால் ஒடுக்குமுறைக்குள்ளாகி, அடையாளம் மறுக்கப்பட்டு ஒதுக்கப்பட்ட லட்சக்கணக்கானவர்கள் புலிகளைத் தமக்காகப் போராடும் சக்தியாகவே பார்த்தனர் என்று குறிப்பிடுகிறார். இதை வாசித்தபோது "சமாதான முன்னெடுப்பின் அரசியல் சவால்கள்" என்ற புத்தகத்தில் சி.அ. யோதிலிங்கம் குறிப்பிட்டிருந்த பின்வரும் கருத்தே ஞாபகம் வந்தது.

"குறிப்பாக யுத்தத்தில் ஈடுபட்ட இரு சமூகங்களையும் பொறுத்தவரை சிங்கள சமூகத்திற்கு யுத்தமில்லா நிலை மட்டும் சமாதானமாக இருந்தது. ஆனால் தமிழ் சமூகத்திற்கோ யுத்தமில்லா நிலை, இயல்புநிலையக் கொண்டுவருதல் நிரந்தரத் தீர்வு என்பவைதான் சமாதானமாக இருந்தது - பக்கம் 18"

அது போலவே அரசியல் தீர்வுக்கான எந்த சமிக்ஞையும் இன்றுவரை காட்டப்படவில்லை. அரசியல் தீர்வுக்கான போராட்டம் என்பது கூட ஒரு நீண்ட பயணமாகவே அமையப் போகின்றது என்றே நினைக்கின்றேன். அதன் நிமித்தம் ஈழப்போராட்டம் பற்றிய புத்தகங்களையும், வரலாற்றையும், இலங்கையின் இனமுரண்களின் வரலாறு பற்றியும் விரிவாகவும் முடிந்தவரை ஆழமாகவும் வாசிக்கவேண்டியதன் அவசியம் அதிகரித்திருக்கிறது என்பதையும் வலியுறுத்தவேண்டி இருக்கின்றது. ஈழப்போர் பற்றிய இந்தப் புத்தத்தில் கோடன் வைஸ் குறிப்பிடுபவற்றையும் அதனுடன் தொடர்புடைய ஏனைய நூல்களுடன் இணைத்துப் பரவலாக வாசிப்பதே அவசியமானதாகின்றது.

இரண்டாவது அத்தியாயத்தில் பிரம்மஞான சபையைச் சேர்ந்த ஹென்றி ஒல்கொட் (Henry Olcott) 1874ல் இலங்கைக்கு வருகை தருவதைத் தொடர்ந்து இலங்கையில் உருவாகும் பௌத்த மறுமலர்ச்சியில் இருந்து இனமுரணுக்கான விதை

தூவப்படுவதைக் குறிப்பிடுகின்றார். தனது பதினாறாவது வயதில் ஹென்றி ஒல்கொட்டைச் சந்திக்கும் டொன் டேவிட் ஹெவவிதர்ன என்கிற சிறுவன் பௌத்த மதத்தைத் தழுவி அநகாரிக தர்மபாலா என்று தனது பெயரையும் மாற்றிக் கொள்கிறான்.

இங்கே முக்கியமாகக் குறிப்பிடவேண்டியது என்னவென்றால், ஹென்றி ஒல்கொட், ஹெலினா ப்ளாவட்ஸ்கி (Helena Blavatsky), வில்லியம் க்வான் ஜட்ஜ் (William Quan Judge) மூவரும் இணைந்து தாபித்த பிரம்மஞான சபை உலகளாவிய சகோதரத்துவத்தையும், மனிதநேயத்தையும் வளர்ப்பதையும், பல்வேறு மதங்களையும், தத்துவங்களையும் பற்றிய கற்கைகளைச் செய்வதையும் தன் நோக்காக கொண்டிருந்தபோதும், அவற்றால் உள்வாங்கப்பட்டு பௌத்தத்தைத் தழுவிக்கொண்ட அநகாரிக தர்மபாலா பின்னர் உலகளாவிய சகோதரத்துவத்தைப் போதித்த பிரம்மஞான சபைக்கு முரணாக இலங்கையில் வாழ்ந்த இன்னொரு இனத்தவரான தமிழர்கள் மீதான வெறுப்பைக் கட்டியெழுப்பினார். சிங்களமும் பௌத்தமும் பிரிக்கமுடியாதவை என்றும் இலங்கை மண் சிங்களவர்களுடன் ரத்தத்தில் ஒன்றாகக் கலந்தது என்றும் தமிழர்கள் சிங்களவர்களின் நிலையான எதிரிகள் என்கிற வாதங்களை அநகாரிக தர்மபால முன்வைத்தார் என்றும் இந்த அத்தியாயத்தில் குறிப்பிடப்படுகின்றது.

சிங்களவர்கள் மீது, அவர்கள் மத்தியில் இருந்த பழக்கவழக்கங்களை கடுமையாகச் சாடி அவர்களுக்கான சீர்திருத்தங்களையும் மேற்கொண்ட அநகாரிக தர்மபால, அதேசமயம் பிறமதத்தவர்களான கிறிஸ்தவர்கள் மீதும் இந்துக்கள் மீதும் கடுமையான வெறுப்பைக்காட்டும் பிரச்சாரங்களைச் செய்தார். அநகாரிக தர்மபால காலத்தில் விதைக்கப்பட்ட விஷம் தொடர்ந்து பரவி 1956ல் தனிச்சிங்களச் சட்டம் வரை உருப்பெற்று இனமுரண்பாடுகளை உச்சத்துக்கு எடுத்துச் சென்றது. இந்த முரண்கள் எவ்வாறு உருவாகி எவ்வாறு வளர்ச்சியடைந்தன என்று கூறும் முக்கிய நூல் குமாரி ஜெயவர்த்தனாவின் "இலங்கையின் இன வர்க்க முரண்பாடுகள்" ஆகும்.

இன முரண்களின் முக்கியபுள்ளிகளில் ஒன்றாக ஐக்கிய தேசியக் கட்சியில் இருந்து பண்டாரநாயக்க பிரிந்துசென்று சிறீலங்கா சுதந்திரக் கட்சியை 1951ல் அமைப்பது இடம்பெறுகின்றது. இதன் பின்னர் இலங்கையில் முதல் இரண்டு பிரதான கட்சிகளுமே சிங்களக் கட்சிகளாக மாறுகின்றன. இலங்கை சுதந்திரமடைந்த போது பொருளாதார ரீதியிலும், மத்திய வங்கியில் இருந்த நிதிக் கையிருப்பின் அடிப்படையிலும் ஆசியாவிலேயே முக்கிய நாடுகளில் ஒன்றாக இருந்த இலங்கை 70களில் உலகப் பொருளாதாரத்தில் ஏற்பட்ட வீழ்ச்சியால் பாதிக்கப்பட்டது. தவிர, 1948ற்கும் 1970க்கும் இடைப்பட்ட காலப்பகுதியில் இலங்கையில் சனத்தொகை ஏறக்குறைய இரட்டிப்பாகி இருந்தது. இதனால் இலங்கை சனத்தொகையில் மூன்றில் இரண்டு பங்கினர் 35 வயதிற்குக் குறைந்தவர்களாக வேறு இருந்தனர். இலங்கையில் வழக்கத்தில் இருந்த இலவசக் கல்வி உட்பட்ட சமூக நலத் திட்டங்கள் காரணமாக இவர்களில் பெரும்பாலானோர் நன்கு படித்திருந்தனர். அதே நேரம் சனத்தொகை வளர்ந்த அதே வேகத்தில் பொருளாதார வளர்ச்சி ஏற்படவும் இல்லை. இதனால் படித்த இளைஞர்கள் மத்தியில் வேலையில்லாப் பிரச்சனையும் விரக்தியும் உருவானது. 70களின் மத்தியில் 25% ஆனவர்கள் வேலையின்மையால் வாடினர். அதே நேரத்தில் 1965ல் இலங்கைக் கம்யூனிஸ்ட் கட்சியில் இருந்து பிரிந்து சென்ற புதிய இடதுசாரிகளை உருவாக்கிய ரோஹன விஜேவீராவின் தலைமையில் 1971ல் சிங்கள இளைஞர்களின் கிளர்ச்சியும் நடக்கின்றது. இலங்கை அரசால் கொடூரமான முறையில் அடக்கப்பட்ட இந்தக் கிளர்ச்சி 15,000 இளைஞர்கள் கொல்லப்படுவதுடன் தோல்வியில் முடிகின்றது.

ஒரு மார்க்ஸிய லெனினிய இயக்கம் என்று ஜேவிபி அழைத்துக்கொண்டபோதும் மிகக் குறுகிய காலத்திலேயே அவர்களும் சிங்களப் பேரினவாத இயல்புகளுடனேயே செயற்பட ஆரம்பித்தனர். இந்த நிலையில் இன்று ஜேவிபியையும், ரோஹன விஜேவீராவையும் புரட்சிகர சக்திகளாக சிலர் முன்மொழிவதையும் அவதானிக்கவேண்டும். இவர்கள் புரட்சியாளர் என்று சொல்லும் ரோகண விஜேவீராவும், ஜேவிபியினரும், பிற இனத்தவர்கள் மீது வெறுப்பைத் தூண்டுகின்றது போல இனவாதிகளாகவே நடந்து கொண்டுள்ளனர் என்பதையும் கவனிக்கவேண்டியது அவசியமாகின்றது. இது பற்றி அறிய குமாரி ஜெயவர்த்தன

எழுதிய இலங்கையின் இனவர்க்க முரண்கள் என்ற புத்தகத்தில் மார்க்ஸிசத்திலிருந்து மேலாதிக்க வெறியை நோக்கி என்கிற அத்தியாயத்தை வாசிக்கலாம்.

ஆயினும் தமது கிளர்ச்சி தோல்வியடைந்த பின்னர் சுயவிமர்சனம் என்ற பெயரில் ஜேவிபி தனது நிலைப்பாட்டை மாற்றிக்கொண்டது. இக்கட்டத்தில் தமிழர் ஒரு தேசிய இனம், பெரும்பான்மையினரால் அவர்கள் ஒடுக்குதலுக்குள்ளாக்கப்படுகின்றனர், அவர்கள் பிரிந்துசெல்லும் எல்லை வரையிலான சுய நிர்ணய உரிமை உடையவர்கள் என்று ஜேவிபியினர் ஏற்றுக்கொண்டனர். ஜேவிபி நாட்டுப் பிரிவினையை ஆதரிக்கவில்லை; இலங்கை என்ற அமைப்புக்குள்ளேயே தமிழ்த் தேசிய இனத்தின் பிரச்சனைகள் தீர்க்கப்படலாம் என்று நம்பியது. இந்த நிலைப்பாட்டில் பல தத்துவார்த்த, நடைமுறைக் குறைபாடுகள் இருந்தன. எனினும் இலங்கைத் தோட்டப்பகுதித் தமிழர் மத்தியில் ஜேவிபியினர் வேலைசெய்ய இது வழிவகுத்தது. இதனால் ஜேவிபியில் தமிழர்களும் இணைந்தனர். மாநகரசபைத் தேர்தல், மாவட்ட சபைத் தேர்தலில் ஜேவிபி சார்பில் தமிழர்களும் போட்டியிட்டனர். (இலங்கையின் இன வர்க்க முரண்கள் பக். 140)

இதே சமயம் ஜேவிபியினரின் இந்த தமிழர் மீதான ஆதரவு நிலைப்பாட்டுக்கு அதே இயக்கத்தின் பொதுச் செயலாளரான லயனல் போபகேயின் செல்வாக்கு அதிகம் தாக்கம் செலுத்தி இருக்கின்றது. 2010 மேயில் கோடன் வைஸ¬சனான சந்திப்பொன்றில் லயனல் போபகே கூறுகின்றார்,

"எனக்குப் பதினான்கு வயதாக இருக்கின்றபோது நடைபெற்ற 1956 கலவரத்தின்போது ஒரு தமிழ்ச்சிறுவன் பாதுகாப்பிற்காக எம்மிடம் ஓடிவந்தான். அந்தச் சிறுவன்தான் எமது கடைக்கு வெற்றிலை விநியோகம் செய்பவன். அவனைக் கொலைவெறியுடன் துரத்தி வந்த கூட்டத்தினரிடம் இருந்து எனது தந்தை காப்பாற்றினார். அதன் பிறகு எனக்கு ராகுல கல்லூரியில் இரசாயனவியல் கற்பித்து வந்த தமிழாசிரியர் ஒருவர் 1958 கலவரத்தின்போது காணாமற்போனார். பின்னர் 60களின் தொடக்கத்தில் நான் றிச்மண்ட் கல்லூரியில் கல்வி கற்றபோது எனக்கு இரசாயனவியல் கற்பித்த ஆசிரியரும் இவ்வாறே காணாமற்போனார்.

பாடத்திட்டங்களில் எனக்குக் கற்பிக்கப்பட்ட துட்டகைமுனு எல்லாளன் கதைகள் எல்லாம் இன்றைய சமூகத்தின் தேவை பற்றி சிந்தியாதவையாகவே இருந்தன. இவற்றின் தொடர்ச்சியான தமிழர்களுக்கு எதிரான ஒவ்வொரு வன்முறையும் சரியாகத் திட்டமிடப்பட்டு, அமைப்புமயமாக்கப்பட்ட தாக்குதல்களே"

ஆனால் 82ன் பின்னர் ஜேவிபியினரின் நிலை மீண்டும் மாறத் தொடங்கியது. அவ்வாண்டு நடைபெற்ற ஜனாதிபதித் தேர்தலில் போட்டியிட்ட ரோஹண விஜேவீராவுக்கு வெறும் 273,428 ஓட்டுக்களே (4.19%) கிடைக்கின்றன. இந்தத் தோல்விக்குக் காரணம், தான் தமிழர்களின் சுய நிர்ணய உரிமையை ஆதரித்ததே என்ற முடிவுக்கு வந்த ரோஹண விஜேவீரா இலங்கை மக்களுக்கு ஒரு செய்தி என்ற பெயரில் அளித்த அறிக்கை ஒன்றில் குறிப்பிடுகிறார்,

"ஜேவிபியும் நானும் நாட்டைப் பிரிப்பதற்கான எந்த ஏகாதிபத்திய முயற்சிகளையும் முழுமையாக எதிர்க்கின்றோம். நான் உயிருடன் இருக்கும் வரை, ஜேவிபி இருக்கும்வரை நாட்டைப் பிரிக்க எந்த ஏகாதிபத்தியச் சக்தியையும் அனுமதியோம்." (இலங்கையின் இன வர்க்க முரண்கள் பக். 141)

இதுபோலவே இடதுசாரிகளாலும் இனமுரண்களில் நியாயப்பூர்வமாக நடந்துகொள்ள முடியவில்லை. தமிழர்களின் தொடர்ச்சியான ஏமாற்றங்களின் உச்சமாக 1972 யாப்பு அலுவல்கள் அமைச்சராக இருந்த லங்கா சமசமாஜக் கட்சித் தலைவர் கொல்வின் ஆர் டி சில்வா எழுதிய யாப்பு அமைந்தது. லங்கா சமசமாஜக் கட்சி, கம்யூனிஸ்ட் கட்சி ஆகியவை பங்களித்த சிறீமா அரசால் 1972ன் அரசியல் யாப்பு சிறுபான்மையினரின் உரிமைகளை ஒழித்துக் கட்டியதுடன் அரச கரும மொழியாக சிங்களமே இருக்கும் என்பதுவும் அறுதியிடப்பட்டது. அது மாத்திரமல்லாமல் யாப்பின் 6ம் பிரிவு பௌத்தத்துக்கு இலங்கை முதன்மையான இடம் கொடுக்கவேண்டுமெனவும் ஏனைய மதங்களுக்கு உரிமைகளைத் தரும் அதே சமயம் பௌத்தத்தைப் போஷிப்பதும் பாதுகாப்பதும் அரசின் கடமை என்றும் கூறுகின்றது. இதற்குப் பிற்பட்ட காலங்களில் இடதுசாரிக் கட்சிகள் தமது நிலைப்பாட்டை மாற்றி இலங்கை மதச்சார்பற்ற நாடாக இருக்கவேண்டும் என்று குரல் கொடுத்தாலும், 1972 யாப்பில் பௌத்தமதத்திற்கு முக்கியத்துவம் கொடுக்கப்படவும், பின்னர் 1978 யாப்பிலும் அதுவே தொடரவும் வழி அமைத்தவர் கொல்வின்

ஆர் டி சில்வாவே. சிறுபான்மையினருக்கு ஆதரவாக இருக்கவேண்டிய இடதுசாரிகள், சிறுபான்மையினருக்கு கிடைக்கவேண்டிய உரிமைகளைக் குழி தோண்டிப் புதைக்க துணைபோயினர். இது போன்ற காரணிகளால் தமிழர்களுக்கும், 70களின் பின்னர் சிங்கள இடதுசாரித் தலைவர்கள் மீதும் நம்பிக்கை இல்லாமல்போனது.

The Cageல் 19ம் நூற்றாண்டில் இருந்து இலங்கையில் இன முரண்கள் தோன்றி வளர்ந்ததைச் சொல்லத் தொடங்கும் கோடன் வைஸ் நூலின் இரண்டாம், மூன்றாம் அத்தியாயங்களுக்கு Paradise Found, Paradise Lost என்று பொருத்தமாகவே பெயரிடுகின்றார். Paradise Found என்கிற இந்த அத்தியாயத்தில் இனமுரண்களுக்கு தூபமிட்ட 72, 78 யாப்புகள், முதலில் மொழிரீதியாகவும் (1973), பின்னர் மாவட்ட ரீதியாகவும் (1974) கொண்டுவரப்பட்ட தரப்படுத்தல்கள் (இவற்றின் விளைவாக 1969ல் பொதுப் போட்டிப் பரீட்சை மூலமாக பல்கலைக்கழகத்துக்குத் தெரிவான தமிழ் மாணவர்கள் 27.5% ஆக இருந்து 1974ல் மாவட்டவாரி தரப்படுத்தலின்போது 7% ஆகக் குறைந்தது), 1983ல் நடைபெற்ற தமிழர்களுக்கு எதிரான கலவரம், அதன் பின்னர் தொடரும் இந்தியத் தலையீடுகள், 1987ல் ராஜீவ் ஜெயவர்த்தன இடையே ஒப்பந்தம் செய்யப்பட்டமை, தொடரும் இந்தியத் தலையீடுகளை முன்வைத்து மீண்டும் தீவிரமாகும் ஜேவிபி எழுச்சி என்பன விவரிக்கப்படுகின்றன.

கோடன் வைஸின் இந்தப் புத்தகத்தில் இலங்கை இனப்பிரச்சனை தொடர்பாக இந்தியா தொடர்ச்சியாகச் செய்த குளறுபடிகளையும், துரோகங்களையும் எந்த இடத்திலும் குறிப்பிடாமல் கடந்து செல்வது அவதானிக்கக் கூடிய குறையாகும். இலங்கை இந்திய ஒப்பந்தம் பற்றிக் குறிப்பிடும்போது எந்த இடத்திலும் அந்த ஒப்பந்தம் எவ்வாறு புலிகள் மீது திணிக்கப்பட்டது என்பது பற்றிய எந்தக் குறிப்பும் இந்தப் புத்தகத்தில் இல்லை. அதே நேரம் வைஸ் குறிப்பிடுவதைப் போலவே பெரும்பான்மைத் தமிழர்கள் இந்தியாவின் வருகையை மகிழ்ச்சியுடன் எதிர்கொண்டதையும் அதேநேரம் சிங்களவர்கள் மத்தியில் அது வெறுப்பைத் தூண்டியதும் ஒப்புக்கொள்ளவேண்டியதே.

இலங்கை இந்திய ஒப்பந்தத்தைக் கடுமையாக எதிர்த்து ரோகண விஜேவீரா பிரச்சாரம் செய்கிறார். நாடெங்கும் இலங்கை இந்திய ஒப்பந்தத்தை எதிர்த்து ஜேவிபியினர் முன்னெடுத்த கலவரங்களில் நாற்பது பேர் வரை கொல்லப்படுகின்றனர். இதைத்தொடர்ந்து அப்போதைய இலங்கை ஜனாதிபதி ஜெயவர்த்தனவும் பிரதமர் பிரேமதாசவும் கலந்துகொண்ட கூட்டம் ஒன்றில் ஜேவிபியினர் மேற்கொண்ட குண்டுத் தாக்குதலைத் தொடர்ந்து தென் பகுதிகளில் ஜேவிபியினர் மீதான கடுமையான ஒடுக்குதல் நடைபெறுகின்றது. ஆயிரக்கணக்கான சிங்கள இளைஞர்கள் அரசாங்கத்தால் கொல்லப்படுகின்றனர். இவ்வாறு இறந்தவர்களின் எண்ணிக்கை பத்தாயிரத்துக்கும் மேலானதாக இருக்கும் என்று மதிப்பிடப்படுகின்றது. இந்த மனித உரிமைமீறல்கள் பற்றி பெரிதாக பேசப்படவில்லை என்பதே உண்மை. இதே காலப்பகுதியில் சர்வதேச ஊடகங்களின் கவனம் ஆப்கானிஸ்தானில் இருந்து சோவியத் ரஷ்யா வெளியேற்றம், சோவியத் ரஷ்யா மற்றும் வார்சா ஒப்பந்த நாடுகள் *(Eastern Blocs)* இடையே ஏற்பட்ட பிரிவுகள், இஸ்ரேலுக்கு எதிரான பாலஸ்தீனியர்களின் எழுச்சி, அமெரிக்க ஜனாதிபதித் தேர்தல் போன்றவற்றில் குவிந்திருக்க இலங்கையில் இந்த அழித்தொழிப்புகள் நடந்தேறின.

ஜேவிபியினருக்கு எதிரான இந்த மனித உரிமை மீறல்களுக்கு எதிராகத் தொடர்ந்து போராடி, பலதடவைகள் ஐக்கிய நாடுகள் மனித உரிமை சபையினரின் உடனடி தலையீட்டை வேண்டிக் குரல்கொடுத்தவர்தான் இன்று தமிழர்களுக்கு எதிராக பாரிய அளவில் போர்க்குற்றங்களை நிறைவேற்றியும், நிறைவேற்றத் தூண்டுதலாகவும் இருந்தவரும் இனப்படுகொலையின் சூத்திரதாரிகளில் ஒருவரும் ஆன மகிந்த ராஜபக்சே. அன்று மனித உரிமைகளுக்காகக் குரல் கொடுத்த மகிந்த ராஜபக்சே, தமிழர்களுக்கெதிரான படுகொலைகளுக்கு கூட்டுச் சேர்ந்தது ஜேவிபிக்கு எதிரான ஒடுக்குதலில் நாட்டின் தென்பகுதியில் மிகத் தீவிரமாக ஈடுபட்ட கோதபாய ராஜபக்சேயுடனும், ஜேவிபியினர் என்ற குற்றச்சாட்டில் கம்பகாவில் பெருமளவில் கைதானவர்கள் கும்பல் கும்பலாகக் கொல்லப்பட்ட ராணுவ முகாமுக்குப் பொறுப்பாளராக இருந்த சரத் பொன்சேகாவுடனும் என்பது முக்கியமானது. இலங்கை இனப்பிரச்சனை தொடர்பான முக்கிய சம்பவங்கள் நடந்தேறிய காலப்பகுதி பற்றி விவரிக்கும் இந்த

அத்தியாயம் ஈழத் தமிழர்களின் விடுதலைப் போராட்டத்துக்கு மிகப்பெரும் முட்டுக் கட்டையாக அமைந்த ராஜீவ்காந்தி கொலையுடன் நிறைவுறுகின்றது. இந்தச் சம்பவத்திற்கு கோடன் வைஸ் நேரடியாகப் புலிகளையே குற்றஞ்சுமத்துகின்றார். ராஜீவ் கொலைக்கும் விடுதலைப் புலிகளுக்கும் எந்தத் தொடர்பும் இல்லை என்பது என் வாதம் இல்லையென்றாலும் மிகவும் முக்கியத்துவம் வாய்ந்த வழக்கொன்றினை இத்தனை ஒளிவுமறைவுகளுடன் ஏன் இந்தியா நடத்துகின்றது, யார் யாரைக் காப்பாற்றவேண்டும் என்ற செயல்திட்டத்துடன் இதெல்லாம் நடைபெறுகின்றது என்பதையாவது அவர் சிந்தித்துப் பார்க்கவேண்டும். திருச்சி வேலுச்சாமி எழுதிய ராஜீவ் காந்தி கொலைவழக்கு வெளிவராத மர்மங்கள் என்ற புத்தகத்தில் மிக மிக எளிய முறையில் ராஜீவ் கொலை பற்றிய நிறைய சந்தேகங்கள், வழக்கு விசாரணையில் இருந்த ஓட்டைகள் என்பன விவரிக்கப்படுகின்றன. ஈழப்போரின் முக்கியமான வரலாற்று நிகழ்வுகளில் பெரும்பாலானவற்றைத் ஆய்ந்தெழுதும் கோடன் வைஸ் இந்திய அமைதிப்படை இலங்கையில் தங்கியிருந்த காலங்களில் செய்த அத்துமீறல்கள், ஆயிரக்கணக்கான கொலைகள், பாலியல் வன்புணர்வுகள் பற்றிப் பேசவேயில்லை என்பதும் இத்துடன் சேர்த்துக் கவனிக்கவேண்டியது.

இதுபோல புத்தகத்தின் இன்னுமொரு அத்தியாயத்தில் இலங்கை அரசு புலிகள் மீதான இறுதிப் போருக்கு இந்தியாவிடம் கேட்ட உதவிகளை, அவ்வாறு செய்வது தமிழ்நாட்டின் ஆதரவை இழக்கவைக்கும் என்று இந்திய அரசு அஞ்சியதால் மறுத்தது என்றும், இதனைப் பயன்படுத்தி சீனா இலங்கை அரசிற்கு மேற்படி உதவிகளை நிறைவேற்றி இலங்கையிலும், இந்து சமுத்திரத்திலும் தன் செல்வாக்கை நிலைநாட்டியது என்ற பொருள்படவும் கூறப்படுகின்றது. உண்மையில், நமக்குக் கிடைத்த தரவுகள், நாம் அறிந்த செய்திகள், தகவல்கள் போன்றவற்றின் அடிப்படையில் இறுதி யுத்தத்தில் இந்தியாவின் பங்கு கணிசமாக இருந்திருக்கின்றது என்பதை இலகுவாக அறியமுடியும். தவிர, போர் முடிந்த பின்னர் கோத்தபாய ராஜபக்சே வழங்கிய நேர்காணல்களிலும் இந்தியத் தேர்தல்களின்போது (2009) கனரக ஆயுதங்களைப் பாவிப்பதை தாம் நிறுத்துவதாகக் கூறி இந்திய அரசிற்கு உதவினோம் என்று கூறியிருந்தமையும் குறிப்பிடத்தக்கது. இது போன்ற சார்புகள் இந்தப் புத்தகத்தின்

முழுமைத்தன்மையை இல்லாமல் செய்கின்றன என்பதைக் குறிப்பிட்டே ஆகவேண்டும். அதே நேரம் இந்திய, அமெரிக்க தொலைதூர ராடர் மற்றும் புலனாய்வுத்துறையினரின் உதவியுடன் இலங்கை ராணுவத்தினரால் விடுதலைப் புலிகளின் 8 ஆயுதக் கப்பல்கள் தாக்கி அழிக்கப்பட்டதையும் அவற்றில் ஒன்று 1700 கடல்மைல்கள் தூரத்தில் தாக்கப்பட்டதையும் குறிப்பிட்டே இருக்கின்றார். இதே தகவலை DBS ஜெயராஜிற்கு வழங்கிய பேட்டி ஒன்றில் கே. பத்மநாதனும் (கேபி) தெரிவித்தமை குறிப்பிடத்தக்கது.

The Tiger Rovolt என்கிற நாலாவது அத்தியாயத்தில் போராட்ட இயக்கங்களின் ஆரம்பகால நிலைகள் பற்றிய சிறு குறிப்புகளுடன் புலிகளின் ராணுவ ரீதியான வளர்ச்சிகள், அவர்கள் நடத்திய தாக்குதல் நடவடிக்கைகள், ஆட்சேர்ப்புகள், அரசியல் படுகொலைகள் போன்றன குறிப்பிடப்படுகின்றன. புலிகளின் கட்டாய ஆட்சேர்ப்பு, சிறுவர்களை போராட்டத்தில் ஈடுபடுத்தியது, அவர்கள் செய்த அரசியல் படுகொலைகள், தற்கொலைத் தாக்குதல்கள், மக்களைக் கேடயமாகப் பாவித்தமை போன்றவை இந்தப் புத்தகத்தில் சுட்டிக்காட்டப்பட்டுள்ளன. இன்றுவரை தீவிர புலி ஆதவாளர்கள் பலரால் நிராகரிக்கப்பட்டும், எதிர்க்கப்பட்டும் வருகின்ற கருத்துக்கள் இவை என்பது குறிப்பிடத்தக்கது. புலிகளுக்குப் பின்னைய தமிழ்த் தேசியத்தை முன்னெடுப்பதிலும் மக்களை அரசியல் மயப்படுத்தி ஒருங்கிணைப்பதிலும் புலிகள் குறித்த விமர்சனங்களை திறந்த மனப்பான்மையுடன் அணுகுவது அவசியமான ஒன்றாகவே இருக்கப்போகின்றது. அதைவிடுத்து புலிகளை பொறுப்புநீக்கம் செய்வது எதிர்மறை விளைவுகளையே உருவாக்கும். இதற்கு நல்லதோர் உதாரணமாக, போர் உச்சத்தில் இருந்த காலத்தில் நவநீதம் பிள்ளை இலங்கை நிலைமைகள் தொடர்பாக வெளியிட்ட அறிக்கையொன்றில் விடுதலைப் புலிகள் மக்களை வெளியேறாமல் தடுத்து வைத்துள்ளனர், ஆட்களை கட்டாயமாக போரில் ஈடுபடுத்துகின்றனர் என்று குறிப்பிட்டபோது இவ்வாறு நவநீதம்பிள்ளை கூறுவது ஆதாரமற்ற குற்றச்சாற்று என்று கூறி அந்த அறிக்கையைக் கண்டிக்குமாறு கேட்டு தொடர்ச்சியாக மொய்த்த மின்னஞ்சல்களையும், தற்போது சனல் 4 வெளியிட்ட போர்க்குற்றங்கள் பற்றிய ஒளித்தொகுப்பில் விடுதலைப் புலிகள் மீது குற்றஞ்சுமத்திய பகுதிகளை நீக்கிவிட்டே

தமிழர்கள் மற்றவர்களுடன் பரிமாறவேண்டும் என்று பரவிய மின்னஞ்சல்களையும் கூறலாம்.

இந்தக் கட்டுரையை எழுதிக்கொண்டிருக்கின்றபோது நண்பர் ஒருவரிடம் பேசியபோது அவர் சொன்னதுபோல, "தீவிர ஆதராவாளர்கள் புலிகள் மீதான விமர்சனம் = புலி எதிர்ப்பு = போராட்டத்துக்கான எதிர்ப்பு = துரோகிகள் என்கிற ரீதியில் அணுகுவதும், மாற்றுக்கருத்து = புலி எதிர்ப்பு மட்டும் என்று பார்ப்பதும்" இன்னும் இன்னும் வீழ்ச்சிக்கே இட்டுச் செல்லும் என்பதையும் பார்க்கவேண்டும். இனவிடுதலைக்கான போரில் மிகப் பின்னடைவொன்றை அடைந்திருக்கின்றோம் என்பதை ஏற்றுக்கொண்டு, அடுத்து என்ன செய்வது, எதில் இருந்து தொடங்குவது என்று சிந்திக்கவேண்டும். அதற்கு, இதுவரை செய்தவற்றில் எதைத் தொடர்வது, எதைத் தவிர்ப்பது, இந்த வீழ்ச்சிக்கு என்ன காரணம், இன்றைய உலக ஒழுக்கில் எமக்கு எவை சாதகமாக அல்லது பாதகமாக இருக்கின்றன என்பவற்றை ஆராயவேண்டும். இதற்காகத்தான் சுயவிமர்சனப்பார்வை அவசியம் என்பது உறுதியான நம்பிக்கை.

ஆனால் சுயவிமர்சனம் என்பது ஒரு தரப்பினர் மீது காழ்ப்பை உமிழ்வது அல்ல, இலங்கையில் இத்தனை போர்க்குற்றங்களும், இனப்படுகொலையும் நடைபெற்றிருக்கையில் அது பற்றி எந்த விமர்சனமும் இன்றி மகிந்த ராஜபக்சேவுக்கு நன்றி கூறி விழாக்களை தொடங்குவது, நடத்துவது அல்ல. தாம் சார்ந்திருந்த இயக்கங்கள் / தாம் போராளிகளாக இருந்த காலங்களில் செய்த போர்க்குற்றங்கள், வன்முறைகள் பற்றி எந்த விமர்சனத்தையும் வைக்காமல், எல்லாத் தரப்பும் பிழைவிட்டவைதான் என்று ஒரே தாவலாகத் தாவி அதற்குப் பின்னர் வரிக்கு வரிக்கு பாசிசப் புலிகள், பாசிசப் புலிகள் என்று பல்லவி பாடுவது அல்ல. 'விடுதலைப் புலிகள் பெண்விடுதலையை முன்வைக்கவில்லை, தலித் விடுதலையை முன்வைக்கவில்லை' என்று தொடர்ந்து குற்றஞ்சுமத்திவிட்டு யாராவது குறுக்கிட்டு 'இல்லை புலிகள் இவற்றைத் தடுக்க என்னென்ன நடவடிக்கைகள் எடுத்தார்கள்' என்று சுட்டிக்காட்டினால், 'அவர்கள் அப்படி செய்தபோதும் அவர்களால் சாதீயத்தை அடக்கமுடியவில்லையே, பெண் விடுதலையை நிலைநாட்ட முடியவில்லையே' என்று விழுந்தாலும்

மீசையில் மண்படவில்லை என்று புளகாங்கிப்பது இல்லை. இதே தவறைத்தான் புலி ஆதரவாளர்களும் செய்கின்றனர் என்பதையும் ஒப்புக்கொண்டேதான் ஆகவேண்டி இருக்கின்றது. புலிகளின் காலத்தில் சாதிய ஒடுக்குமுறைகள் முற்றாக ஒழிக்கப்பட்டு சமூக நீதி கொண்ட ஒரு ஒரு சமூக ஒழுங்கு அங்கே உருவாகியிருந்தது என்பதாகவே இன்றுவரை அவர்கள் ஒப்பித்துக்கொண்டுள்ளார்கள். சுயவிமர்சனம் தேவை என்று சொல்வதையே, இல்லை அது பிளவை அதிகரிக்கும் என்று சொல்வதுதான் பெரும்பான்மையான புலி ஆதரவாளர்களின் வழமையாக இருக்கின்றது.

இன்று விடுதலைப் புலிகள் மீது மாற்று இயக்கத்தினர் குழந்தைகளைப் போரில் சேர்த்தல், கட்டாயப்படுத்தி போரில் ஈடுபடுத்தல், அரசியல் படுகொலைகள் போன்ற குற்றச்சாற்றுகளை முன்வைக்கின்றபோது இதே தவறுகளில் இருந்து அவர்கள் தமக்கு வழங்குகின்ற பழி விலக்கங்களையும் கவனிக்கவேண்டும். உதாரணமாக கீழ்வரும் அறிக்கையில் குறிப்பிடுவதைக் கவனிக்கலாம்,

"Several other armed groups have been responsible for the recruitment and use of children in Sri Lanka. There were reports in the past of the Eelam Peoples Revolutionary Liberation Front (EPRLF), the Peoples Liberation Organisation of Tamil Eelam (PLOTE), Tamil Eelam Liberation Organisation (TELO) and the Eelam Peoples Democratic Party (EPDP) recruiting and using children, although not in large numbers. These groups were originally set up in the 1980s in opposition to the government. However, since 1990 they have worked in cooperation with the government against the LTTE.

Current information indicates that EPDP and PLOTE are continuing to recruit and use children for task-specific purposes. For example, in the lead up to the presidential election in January 2010, children were reportedly recruited to assist these groups with tasks including guarding their offices and distributing campaign material.

Questions to the Government of Sri Lanka What measures

have been taken by the Government of Sri Lanka to ensure that EPDP and PLOTE do not recruit and use children and that any children associated with them are released and provided with all necessary support for their rehabilitation and reintegration? Coalition Report to CRC on OPAC Implementation in Srilanka April 2010 pg 8."

இலங்கை அரசு போர்க்காலத்தில் ஊடகத்துறையை எப்படி மிரட்டிக் கட்டுப்படுத்தியது, அதன் மீது எப்படி வன்முறையை ஏவியது என்பதையும் கோடன் வைஸ் பட்டியலிட்டுக் காட்டுகின்றார். 2009 ஜூன் 1ம்திகதி ஊடகத்துறையினரின் பாதுகாப்பை உறுதிப்படுத்துவது பற்றி மகிந்த ராஜபக்சே ஊடகத்துறை பிரமுகர்களுடன் ஆலோசனை நடத்திக் கொண்டிருந்த அதே நேரத்தில் ஜெயந்த பொடல என்கிற ஊடகவியலாளர் கடத்திச் செல்லப்பட்டு பலமாகத் தாக்கப்பட்டார் (பக்கம் 154). ஜயந்த பொடல மாத்திரமன்றி லசந்த விக்ரமசிங்க கொலை, பிரகீத் எக்னலிய கொட, வெற்றிவேல் ஜசிகரன், நாமல் பெரரா போன்றவர்கள் மீது அரசு வன்முறையைப் பாவித்த விதமும் இங்கே பட்டியலியடப்பட்டுள்ளது

இலங்கை அரசு தனக்குச் சார்பான பிரசாரங்களை எப்படி முன்னெடுத்தது என்பது கூர்ந்த அவதானத்துடன் குறிப்பிடப்படுகின்றது. போர்க்காலங்களில் தொடர்ச்சியாக தமிழர்களுக்கு எதிரான கருத்துக்கள் சமூக வலைத்தளங்களில் பரப்பப்பட்டதையும், சர்வதேச நாடுகளில் புலம்பெயர் தமிழர்கள் போராட்டங்களை நடத்தியபோது அந்தப் போராட்டங்கள் பற்றி ஊடகங்களில் பின்னூட்டங்களிடும்போது தொடர்ச்சியாக தமிழர் தரப்பு நியாயங்களை நிராகரித்து பல பின்னூட்டங்கள் வந்ததையும் நாம் கவனித்திருப்போம். அண்மையில் டைம் இதழ் நடத்திய கருத்துக் கணிப்புகளில் முறைகேடுகள் நடைபெற்றதாகக் கூறி ராஜபக்சேவின் பெயர் நீக்கப்பட்டதை அறிந்திருப்பீர்கள். அது போல, இலங்கை அரசால் நியமிக்கப்பட்டவர்களே கூட இப்படியான பின்னூட்டங்களை வெளியிட்டிருக்கவும் கூடும். அதே நேரம், புலம்பெயர் நாடுகளில் கிட்டத்தட்ட 10 லட்சம் தமிழர்கள் வசிக்கின்ற போதும் தன்னிச்சையாகவேனும் எமது போராட்டத்தின் நியாயங்களை நாம் பதியத் தவறினோம் என்பதே

உண்மை. நாம் அவை குறித்த அக்கறைப்படவில்லை என்பதுடன் சுயமாக அரசியல் கருத்துகளைத் தெரிவிக்குமளவுக்கு மக்களை அரசியல் மயப்படுத்தவில்லை. அதே நேரம் இலங்கை அரசு தனது ஊடகப் பிரசாரத்தை முழுவேகத்தில் செயற்படுத்தியது. இந்த இடத்தில் கோடன் வைஸ் சொல்வதைச் சுட்டிக்காட்ட விரும்புகின்றேன்,

"Apart from its hold on the national media, the government controlled numerous official and unofficial websites located within Srilanka and in countries such as Sweden, Singapore and Canada. Roving self-styled Srilankan 'terrorism experts' eloquently explained the workings of the Tamil Tigers in international TV studios, and backed up Srilanka's diplomat abroad. Carefully manufactured information converged to support the government's narrative of events. Page 176 and 177 "

இலங்கை அரசு தனது போரினை ராணுவ ரீதியாக மாத்திரமல்லாமல் பல்தரப்புகளிலும் தொடர்ந்து கொண்டுசெல்கின்றது என்பதற்கு நல்லதோர் உதாரணம் இது. இன்று இலங்கை அரசுக்கு தேவைப்படுவதெல்லாம் இலங்கையில் போரினை நிறைவிற்கு கொண்டுவரப்பட்டவுடன் அங்கே அமைதி நிலை நாட்டப்பட்டுவிட்டது என்பதாக உலகிற்குக் காட்டவேண்டும் என்பதே. போர் நிறைவடைந்தவுடனேயே தொடர்ச்சியாக நடைபெற்ற கலை விழாக்கள், சர்வதேச தமிழ் எழுத்தாளர் மாநாடு, காலி கலாசார விழா போன்றவை இலங்கை அரசின் மேற்குறித்த நோக்கத்திற்கான நிகழ்ச்சிநிரலின் படி அமைந்ததாகவோ அல்லது சுயேச்சையாக நடத்தப்பட்டபோதும் அரசின் நிகழ்ச்சி நிரலிற்கு வலுச் சேர்ப்பதாகவோதான் இருக்கின்றன. மறுவாழ்வு, புனரமைப்பு என்ற பெயரில் இன்று அரசு விரும்புவதெல்லாம் தன்னைக் காபந்து பண்ணி வரலாற்றை மீள எழுதுவதைத்தான். இன்று யாழ் நூலகத்தைப் பற்றி அரச இணையத்தளங்களில் வெளியிடப்படும் செய்திகளில் யாழ் நூலகம் எரிக்கப்பட்டது பற்றிய எந்தக் குறிப்புகளும் இல்லை என்பதையும் அதே நேரம், தலதா மாளிகை மீதான விடுதலைப் புலிகள் நிகழ்த்திய தாக்குதல் மற்றும் சேதமுற்ற தலதா மாளிகையின் படங்கள்

தலதா மாளிகையுடன் இருக்கின்ற அருங்காட்சியக சுவர்களில் காட்சிக்காக வைக்கப்பட்டிருப்பதையும் காணலாம்.

இவ்வாறான மிகத் தெளிவான திட்டமிடலுடன் இயங்குகின்ற இலங்கை அரசின் செயற்பாடுகளுடன் சேர்த்தே போருக்குப் பின்னைய சூழல் பற்றியும் ஆராயவேண்டி இருக்கின்றது. இலங்கையைப் பொறுத்தவரை இலங்கை அரசு சீனாவையும், இந்தியாவையும் வைத்து மிகச் சாணக்கியமாக தனது நகர்த்தல்களை செய்துவந்துள்ளது. அது மாத்திரமல்லாமல் லிபியா, வெனிசுலா, ஈரான், கியூபா போன்ற நாடுகள் தொடர்ச்சியாக இலங்கை அரசிற்கு எதிராக மேற்கத்திய நாடுகள் எடுக்கவிருந்த சில நடவடிக்கைகளையும் தடுத்து நிறுத்தின. இந்த நாடுகளில் பல இலங்கையின் உள்நாட்டுப் பிரச்சனையை முன்வைத்து மேற்கத்திய ஏகாதிபத்திய நாடுகள் இலங்கையில் தமது ஆதிக்கத்தைச் செலுத்த முற்படுகின்றன என்று குற்றம் சாற்றுகின்றன. ஐக்கிய நாடுகள் சபையின் நிபுணர் குழு வெளியிட்ட அறிக்கையையும் இதே கண்ணோட்டத்தோடே இலங்கையில் இருக்கின்ற இடதுசாரிக் கட்சிகள் அணுகின என்பதையும் இங்கே சுட்டிக் காட்டவிரும்புகின்றேன். தமிழர்கள் தொடர்ச்சியாக நம்பி வந்த வாசுதேவா நாணயக்கார போன்றவர்கள் கூட இன்று முழுக்க முழுக்க இலங்கை அரசைக் காப்பாற்றும், இயன்றவரை அதை நியாயப்படுத்தும் வேலைகளைத்தான் செய்கின்றார்கள் என்பதை வைத்துப் பார்க்கின்றபோது, இடதுசாரித் தலைவர்களை தமிழர்கள் நம்பவில்லை என்ற குற்றச்சாற்று மிகப் பலகீனமானதாகவே தோன்றுகின்றது.

கோடன் வைஸின் புத்தகம் சில சில குறைகளை அல்லது எனது பார்வையில் மாறுபட்ட கருத்துக்களைக் கொண்டிருக்கின்றபோதும் ஈழத்தில் நடைபெற்ற போர் மற்றும் பேரழிவுகள் தொடர்பாக வெளிவந்த ஆவணங்களில் முக்கியமானதென்றே கூறமுடியும். இயன்றவரை இந்தப் புத்தகத்தை வாசித்தலும், பிறருடன் பகிர்ந்து கொள்வதும் முக்கியமென்றே தோன்றுகின்றது. *The Cage* தவிர ஈழம், இலங்கையின் இனப் பிரச்சனைகள் பற்றிய முக்கியமான ஆவணங்கள், புத்தகங்கள், கட்டுரைகள், அறிக்கைகள் போன்றவற்றை தொடர்ச்சியாக வாசிப்பதுவும்

நிச்சயமாக தெளிவை ஏற்படுத்தும். மகாவம்சம், இலங்கை யாப்பு போன்றவற்றை முன்முடிவுகள் இல்லாமல் வாசிப்பது கூட முக்கியம். ஈழப்போர் குறித்த முக்கிய ஆவணங்களில் ஒன்றான முறிந்த பனை தொடர்ச்சியாக புலி எதிர்ப்பு நூல் என்றே பார்க்கப்பட்டிருக்கின்றது. முறிந்த பனையை மீள வாசிக்கின்றபோது அதில் புலிகளின் அரசியல் குறைபாடுகள் பற்றியதாக மட்டுமன்றி பிற போராட்ட இயக்கங்கள் மீதான கடுமையான விமர்சனங்களையும் அவதானிக்கமுடியும்.

The Cage குறித்த இந்தக் கட்டுரையை விமர்சனக் கட்டுரையாக மட்டுப்படுத்தாமல் இந்தக் கட்டுரை ஊடாக என்னால் இயன்றவரை *The Cage* போன்ற ஆவணங்களை பலரையும் வாசிக்கவைத்துவிடவேண்டும் என்றே தலைப்பட்டேன். அண்மைக்காலமாக ஈழம் தொடர்பான வாசிப்பே பிரதானமாக இருந்துவருகின்றபோது, என் அண்மைக்கால வாசிப்பு, கடந்த கால அனுபவங்கள், முடிவுகள், *The Cage* போன்றவை எல்லாம் செய்த ஊடாடட்டத்தின் விளைவே இந்தக் கட்டுரை. இதில் உடன்படவும் முரண்படவும் வேண்டிய புள்ளிகள் எல்லாருக்கும் இருக்கும். அவை பற்றித் தொடர்ந்து பேசவும், எழுதவும் என்றும் விரும்புகிறேன்.

கீற்று.
ஜூலை, 2011

எனது பார்வையில் கொலை நிலம்

உரையாடல் என்பது எனக்கு எப்போதும் பிடித்தமான ஒன்றாகவே இருந்திருக்கின்றது. வெவ்வேறு கருத்துகளை, பார்வைகளை, அரசியலைக் கொண்டோர் மேற்கொள்ளும் உரையாடல்களை ஆர்வத்துடன் தேடி வாசித்து வந்திருக்கின்றேன். இவ்வாறான உடையாடல்கள் எம்மைத் தெளிவடையச் செய்வதுடன் நாம் கட்டமைத்து வைத்திருக்கின்ற கருத்துகளையும் அரசியல் நிலைப்பாடுகளையும் மீள்பார்வை, மீள் பரிசீலனை செய்வதற்கான வாய்ப்பும் கிடைக்கின்றது. அண்மையில் பிளேட்டோவின் குடியரசை வாசிக்கத் தொடங்கியபோது உரையாடல் என்பது எத்தனை வீச்சான வடிவம் என்பதையும் உணர முடிந்தது. வெறும் வாதத்துக்காக என்றில்லாமல் ஆழமாக தத்தம் நிலைகளை முன்வைத்துப் பேசுகின்ற விவாதங்களும் கூட மிக முக்கியமான ஆவணங்களாகவும், பதிவுகளாகவும் மாறி விடுவதுண்டு. சார்த் - சிமன் த பூவாவிடையான உரையாடலும், ஃபூக்கோ - சோம்ஸ்கி இடையிலான *Human Nature* பற்றிய விவாதமும் இரண்டு வடிவங்களுக்குமான உதாரணமாகச் சொல்லமுடியும். தமிழில் இவ்வாறான வெவ்வேறு மாறுபட்ட பார்வை கொண்டவர்கள் சந்தித்து ஓரிடத்தில் இருந்து பேசுவது என்பதே அபூர்வமாக நிகழும் ஒன்று. இந்த அடிப்படையில் வடலி பதிப்பகம் மூலமாக தியாகு - ஷோபா சக்தி இடையிலான உரையாடல் ஒன்று தொகுக்கப்பட்டு புத்தகமாக வருகின்றது என்பது மிக முக்கியமான முன்னெடுப்பு என்றே சொல்லவேண்டும். இந்தியாவில் இருந்து இயங்கினாலும் ஈழத்தமிழர்களின் பதிப்பகமாக வடலி பதிப்பகம் இருப்பதோடு ஈழத்தவர்களின் புத்தகங்களையே தொடர்ந்து

பதிப்பிக்க இருக்கின்றது என்பது முக்கியமானதாகும். இது பற்றி வடலி பதிப்பகம் ஆரம்பிக்கப்பட்ட புதிதிலேயே நான் எழுதிய வடலி பதிப்பகம் : எழுத்தாளனும் பதிப்பகங்களும் என்ற கட்டுரையில் குறிப்பிட்டிருக்கின்றேன்.

அதே நேரம் ஒரு பிரதியாக கொலை நிலம் என்பது இன்னும் பன்மடங்கு சிறப்பாக வந்திருக்கவேண்டும் என்றே கருதுகின்றேன். முதலில், பதிப்பகத்தினர் இந்த உரையாடலுக்காக செய்த தேர்வே பொருத்தமானதல்ல என்றே சொல்வேன். தியாகு ஒரு சமூக நீதிக்கான போராளி, கோட்பாட்டாளர், தமிழ்த்தேசிய ஆதரவாளர் என்று முதன்மையாக அறியப்படுபவர். பிறப்பால் இந்தியர் அல்லது தமிழகத்தைச் சேர்ந்தவர். ஷோபா சக்தி நன்கறியப்பட்ட ஒரு புனைவெழுத்தாளர், பிறப்பால் இலங்கையர். தன்னை முன்னை நாள் விடுதலைப் புலி போராளி என்றும், பிறமொழி முக்கியமாக ஆங்கில ஊடகங்களில் தன்னை குழந்தைப் போராளி என்றும் அடையாளப்படுத்திக் கொள்ளுபவர். இங்கே குழந்தைப் போராளிகள் என்று வரும்போது விடுதலை இயக்கங்களிற்கும், அரசுகள் ஈடுபடுத்தும் குழந்தைப் போராளிகளிற்கும் அவதானிக்கவேண்டிய வேறுபாடுகளையும், ஈழை, ஆசிய, ஆபிரிக்க நாடுகளில் குழந்தைப் போராளிகளை மேற்கத்திய கண்ணோட்டங்களில் பார்ப்பதில் இருக்கின்ற அபத்தங்களையும் சுட்டிக் காட்டவிரும்புகிறேன். அத்துடன் போரில் கட்டாயமாக மக்கள், அதிலும் முதன்மையாக குழந்தைகள் ஈடுபடுத்தப்படுவதை முழுமையாக எதிர்க்கும் நான், ஷோபா சக்தி அவர்கள் குழந்தைப் போராளியாக புலிகளில் இணைந்து கொண்டபோது அவர் எந்தக் கட்டாயத்தின் கீழும் போராட்டக் குழுக்களில் சேரவில்லை என்பதையும் சுட்டிக் காட்ட விரும்புகிறேன்.

இங்கே நான் ஷோபா சக்தியின் புலிகள் இயக்க பிண்ணனியைச் சுட்டிக்காட்டக் காரணம் இந்தப் புத்தகத்தில் "புலி அரசியலை முற்றாக ஈழத்திலும் புலம்பெயர்ந்து வாழும் ஈழத் தமிழர்களிடம் அற்றுப் போகவேண்டும். அந்த வெற்றிடத்திலிருந்து புதிய அரசியல் வழிமுறைகளை நாம் உருவாக்கவேண்டும்" என்று தொடர்ந்து வலியுறுத்துகின்றார் ஷோபா. அவ்வாறு வலியுறுத்தும்போது விடுதலைப் புலிகளை எதிர்க்க அவர் ஒரு முன்னாள் புலி உறுப்பினர் என்ற அடையாளம் வலுச்சேர்க்கின்றது. புத்தகத்திலும்

புலிகளின் அரசியலை ஏற்றுக் கொள்ளாத பலர் இயக்கதில் இருந்து ஒதுங்கினர் என்றும் குறிப்பிடுகின்றனர். அவரது குறிப்பை அவர் தெளிவாக்கி, தான் ஏன் புலிகள் இயக்கத்தை விட்டு விலகினார் என்பதையும் அதற்கான கருத்தியல் பின்னணியையும் அவர் நேர்மையாக அறிவிப்பதே சரியானதாக இருக்கும். தவிர, ஷோபா விடுதலைப் புலிகளின் உறுப்பினராக இருந்த காலத்தில் அவரது பணி என்னவாக இருந்தது, விடுதலைப்புலிகள் பற்றி அப்போதே விமர்சனம் இருந்ததா, அன்று நடந்த மாற்று இயக்கப் படுகொலைகளுக்கு ஷோபா எப்படி எதிர்வினை ஆற்றினார் என்பதையும் குறிப்பிடவேண்டும். சுய விமர்சனம் என்பது இவ்வாறாகத்தான் அமையவேண்டும். இன்று மிகப் பெரிய அழிவுக்குப் பின்னர் எதிர்கால அரசியல், தீர்வு என்று பேசும் எவருமே முதலில் தன்னை சுய விமர்சனம் செய்ய முன்வரவேண்டும். துரதிஸ்டவசமாக இன்று மற்றவர்கள் மீதான விமர்சனத்தை விருப்புடன் செய்யும் எவருமே சுயவிமர்சனம் ஒன்றை செய்ய உடன்படுவதேயில்லை. எதிர்கால தமிழ்த் தேசிய அரசியல் சந்திக்கக் கூடிய மிகப் பெரிய போதாமை இந்த சுய விமர்சனம் இன்மை என்பேன்.

இந்தப் போதாமை இந்தப் புத்தகத்திலேயே வெளிப்படுகின்றது. தியாகு, ஷோபா சக்தி இருவருமே இந்தப் புத்தகத்தில் இறுதிப் போர் பற்றிப் பேசும்போது அதில் இந்தியா ஆற்றிய பங்கு, விடுதலைப் புலிகள் அரசியல் ரீதியாக செய்த பிழைகள், ஏகாதிபத்திய நாடுகள் போரில் ஆற்றிய பங்கென்று பட்டியல் இடும்போது புத்தகத்தில் எந்த இடத்திலும் போரில் சீனாவின் வகிபாகத்தைக் குறிப்பிடவேயில்லை, இது மிக மோசமான சாய்வென்றே சொல்லமுடியும். இடதுசாரிகள் குறித்து இருவருக்கும் இருக்கக்கூடிய மென்நோக்கு இந்த சாய்வுக்கான காரணியாக இருக்கலாம் என்றே கருத முடிகின்றது. அண்மையில் இன்னொரு இடதுசாரியான சி. சிவசேகரம் எழுதிய "இலங்கை : தேசிய இனப்பிரச்சனையும் தீர்வுக்கான தேடல்களும்" என்ற புத்தகத்தை வாசித்த போது அவரும் இந்தப் போரில் சீனாவின் பங்கை குறித்து, சிறீலங்கா அரசு இழந்த விமானப் படை விமானங்களை ஈடு செய்யவே சீனா உதவியது என்று மிக அபத்தமாகக் கூறி இருந்தார். மக்கள் நலன்சார்ந்து சமூகநீதிப் போராட்டங்களை முன்னெடுக்கவேண்டிய இடதுசாரிகள் தமது கட்சி சார்புகளால்

ஈழப் பிரச்சனையில் சீனாவின் பங்கை மறைத்து வருவது அவர்கள் செய்யும் துரோகம் என்றே கூறமுடியும்.

விடுதலைப் புலிகள் வலதுசாரித்தன்மையுடனேயே பிரச்சனைகளை அணுகினர் என்ற குற்றச்சாற்றில் உண்மை இருந்தாலும் புலிகள் இடதுசாரி நாடுகளை அல்லது இடதுசாரித்துவத்தை அணுகவில்லை என்பதை முன்வைத்து புலிகளை நிராகரிப்பது பற்றி யோசிக்கவேண்டி இருக்கின்றது. புலிகள் ஒரு அமைப்பாகப் பலம்பெற்று கட்டமைத்தது 90களில்தான். அந்த 90களில் சோவியத் ரஷ்யாவின் வீழ்ச்சியை தொடர்ந்து உலகெங்கும் இடதுசாரித்துவம் பற்றிய நம்பிக்கையீனம் ஏற்பட்டது. அது மட்டுமல்லாமல் இடதுசாரித்துவத்தைப் பின்பற்றாதது விடுதலைப் புலிகளின் தவறு என்பவர்கள், இன்றுவரை மிகப் பெரும்பான்மையான இடதுசாரி நாடுகள் இலங்கை அரசையும், அதன் போர்க்குற்றங்களையும் போர் நடந்த காலங்களிலும் அதைத் தொடர்ந்து ஐ.நா வரையிலும் மறைக்கவும், இலங்கை அரசை காபந்து செய்யவும் செய்யும் வெளிப்படையான எத்தனங்களை விமர்சனம் செய்யவும் வேண்டும். ஈழப்பிரச்சனை தொடர்பாகப் பேசுபவர்கள் தொடர்ந்து வலதுசாரி X இடதுசாரி, புலிகள் X மாற்று இயக்கத்தினர், புலி ஆதரவாளர்கள் X எதிப்பாளர்கள் என்ற எல்லைகளுக்குள் நின்று கொண்டு பட்டிமன்றம் போல உரையாடுவதால் ஏற்படும் விளைவு இது,

இது போன்ற இன்னுமொரு "சென்ரிமென்டல்" அபத்தம் தியாகு அவர்களிடம் இருந்தும் இந்தப் புத்தகத்தில் வெளிப்பட்டிருக்கின்றது. போரின் இறுதி நாட்களில் புலிகள் மக்களை பலவந்தமாகப் பிடித்து வைத்திருந்தனர் என்ற உண்மையை புலி ஆதரவாளர்கள் நேர்மையாக ஒப்புக்கொள்ளவேண்டும். அதை விடுத்துத் தியாகுவிடம் மனிதக் கேடயங்கள் குறித்துக் கேட்கும்போது அவர் கூறுகிறார். "புலிகள் யார் மக்கள் யார். புலிகள் எங்கிருந்தோ வந்தது போலவும், அவர்களுக்கும் இந்த மக்களுக்கும் சம்பந்தமே இல்லாததும் போலவும் பேசுவதே அடிப்படையில் முரணானது. பிடித்து வைத்திருந்தார்கள் என்பது உண்மையாக இருந்தால் மகன் அம்மாவைப் பிடித்து வைத்திருந்தான் என்றோ, அண்ணன் தங்கையைப் பிடித்து வைத்திருந்தான் என்றோதான் அர்த்தம்." என்று கூறுகிறார். இது போன்ற வாதங்கள் உரையாடலை

நகர்த்தாமல் வெறும் விரயம் ஆக்கிவிடுபவை. தொடர்ந்து தியாகு குறிப்பிடுவதைப் போல, இதை இலங்கை ராணுவம் செய்த தாக்குதல்களுடன் சமப்படுத்த முடியாது என்பது உண்மையானாலும், போரின் இறுதிக் காலங்களில் புலிகள் கட்டாய ஆட்சேர்ப்பு, மக்களைச் கட்டாயமாகத் தடுத்து வைத்திருந்தது போன்ற மானுட விரோத நடவடிக்கைகளில் ஈடுபட்டார்கள் என்பதை தமிழ்த் தேசியர்கள் மறுத்துவருவது பிழையானதே.

அதே நேரத்தில் புலிகள் மீது இவ்வளவு தவறு இருந்ததென்று சொல்கின்றீர்களே, அப்படியானால் அவர்களுக்கு மாற்றான ஒரு இயக்கம் தோன்றியிருக்கவேண்டுமே என்கிற இயல்பான கேள்வியை தியாகு முன்வைக்கின்றார். தமிழ்த் தேசிய விடுதலைக்காகப் போராடத்தொடங்கிய ஏனைய இயக்கங்களையெல்லாம் தடைசெய்தோ அல்லது அழித்தொழித்தோ இல்லாமற் செய்து; இயங்கிக்கொண்டிருந்த அமைப்புக்களையும் தமது கட்டுப்பாட்டுக்குட்பட்ட பிரதேசங்களில் தமது கண்காணிப்பின் கீழ் புலிகள் வைத்திருந்த காலங்களில் அவ்வாறான ஓர் இயக்கம் தோன்றுவதற்கு எந்த வெளியுமே இருக்கவில்லை என்பதே உண்மை; ஆனால் ஷோபா சக்தி அதற்குச் சொல்கின்ற பதில் மிகுந்த வக்கிரமும், காழ்ப்பும் உடையது. ஷோபா சொல்கிறார்

"புலிகள் தவறிழைத்தார்கள் எனில் அதற்கு மாற்றான ஒரு இயக்கம் அங்கு தோன்றி இருக்கவேண்டும் என்று சொன்னீர்கள். புலிகளுக்கு மாற்றாக புலிகளைப் போலவே அங்கே ஈபிடிபியும் டிஎம்விபியும் இயங்கிக் கொண்டு தானிருந்தார்கள். இப்போதும் இயங்கிக் கொண்டிருக்கிறார்கள். கிழக்கு மாகாண சபை ரிஎம்விபி வசமும் யாழ் மாநகர சபை ஈபிடிபி வசமும் உள்ளன. புலிகளுக்கு எதிராக நின்று பிடிக்க இவர்களும் புலிகளைப் போலவே இயங்கினார்கள் என்பதுதான் இதில் கவனிக்கத்தக்கது. இவர்களும் கொலைக்கு அஞ்சாதவர்கள். சந்தர்ப்பம் கிடைக்கும் இடங்களிலெல்லாம் தங்களது கைகளைக் கோர்த்துக்கொண்டு தமது இருப்பை உறுதி செய்யத் தயங்காதவர்கள். கண்ணுக்கு கண், பல்லுக்குப் பல்லென்று இவர்கள் அரசியல் செய்ததால் இவர்களால் புலிகளை எதிர்த்து நிற்க முடிந்தது. டக்ளஸ் தேவானந்தா 13 தடவைகள் புலிகளின் கொலைத் தாக்குதல்களிலிருந்து தப்பித்திருக்கிறார்".

தாயகக் கனவுகள் 29

ஈழத்து அரசியலைத் தொடர்ந்து அவதானித்து வரும் எவருக்குமே புலிகளுக்கான மாற்றுகளாக இந்த "இயக்கங்கள்" இயங்கிக்கொண்டிருக்கின்றன என்பது எத்துணை பிழை என்பதும் புரட்டு என்பதும் தெளிவாகத் தெரிந்திருக்கும். இவையிரண்டும் கட்சிகளாகவே இயங்கிவருகின்றன என்பதே உண்மை. அத்துடன் அவற்றின் ஆரம்பகால நடவடிக்கைகளேனும் மக்கள் நலன்சார்ந்ததாக, ஒடுக்குமுறை அரசுக்கு எதிராக இருந்ததா என்பதை ஷோபா சக்திதான் விளக்கவேண்டும். தவிர, ஷோபாசக்தி சுட்டிக்காட்டும் இரண்டு கட்சிகளும் அவர்களின் ஆரம்பகாலத்தில் இருந்தே அரச ஆதரவுடன் வளர்ந்தவர்கள் என்பதையும் கவனிக்கவேண்டும். விடுதலைப் போராட்டத்தை முன்னெடுத்த புலிகளும் தவறுகள் செய்தார்கள் என்பது உண்மை. ஆனால் அவர்களிடம் குறைந்தபட்சம் தமிழ் தேசிய விடுதலை என்ற நோக்கமாவது இருந்தது. ஆனால் தொடர்ச்சியாக தமிழ் மக்கள் விரோத அரசியலையே மேற்கொள்ளும் ஈபிடிபி, டிஎம்விபியினரை புலிகளுக்கான மாற்றாக உருவானவர்கள் என்று ஷோபா சொல்வதின் பின்னர் இருப்பது வன்மமும் அபத்தமும் நிறைந்தது.

இந்தப் புத்தகத்தை முழுமையாக வாசிக்கும் ஒருவர் ஷோபாவின் வாதங்கள் தொடர்ச்சியாக அவர் கட்டுரைகளிலும், புனைவுகளிலும் எழுதும் தமிழ் தேசியக் கட்சிகளின் சாதித் திமிர், புலிகளின் ஜனநாயக மறுப்பு, சோழப் பேரரசு குறித்த கனவு, இடதுசாரிகளின் மீதான வெறுப்பு, முஸ்லீம் விரோதம், கருத்து சுதந்ததிரங்களை தடை செய்தமை என்கிற எல்லைகளுக்குள்ளேயே நின்று உழல்வதை அவதானிக்க முடியும். புலிகளின் ஜனநாயக விரோத அரசியல், கருத்து சுதந்திர மறுப்பு, போன்றவையும், தமிழ்க் கட்சிகளிடையே குறிப்பாக கூட்டணியிடையே இன்றும் இருக்கும் சாதி மற்றும் மேட்டிமைத் திமிர் முக்கியமான குற்றச்சாற்றுகள்; ஆனால் அவற்றை வைத்து அவர்களின் ஒட்டு மொத்த தேசிய விடுதலை அரசியலையும் நிராகரிப்பது அபத்தமானதே. மிக முக்கியமாக தேசிய விடுதலைக்கான போராட்டம் முனைப்புப் பெற்றிருந்த காலத்தில் அதனையே முதன்மையான பிரச்சனையாக முன்னெடுத்த இயக்கம் ஒன்றில் சமூக விடுதலைக்கான செயற்திட்டம் இருந்ததா அல்லது அதனை அவர்கள் முற்றாகப் புறக்கணித்தார்களா என்பதைக்

கவனத்திற்கொண்டே நாம் இவை குறித்து உரையாடவேண்டும் என்று கருதுகின்றேன்.

இந்தப் புத்தகத்தில் ஓரிடத்தில் "சரியான மேற்கோள்களில் இருந்து தவறான முடிவுகளுக்கு" என்ற லெனினின் கூற்றைச் சுட்டிக் காட்டுகிறார் தியாகு. துரதிஸ்டவசமாக வடலி பதிப்பகம் முரண் உரையாடல்களாகத் திட்டமிட்டிருந்த நல்ல நோக்குகளில் ஒன்றான இந்தப் புத்தகமும் அப்படியே அமைந்துவிட்டது. இது போன்ற உரையாடல்கள் சரியான கண்டடைவுகள் நோக்கிப் பயணப்பட உரையாடுபவர்களுக்கிடையே சரியான தேர்வு அல்லது அந்தத் தேர்வுகளின் பொருத்தம் குறித்து கவனத்திற்கொள்வது நல்லது. உதாரணமாக தியாகுவுடன் உரையாட புலிகள் மீதான விமர்சனங்களைக் கொண்டிருக்கக் கூடிய / எதிர்ப்பு நிலையை கொண்டிருக்கக் கூடிய இந்தியாவைச் சேர்ந்த தியாகு போன்ற சமூக செயற்பாட்டாளர் / கோட்பாட்டாளர் ஒருவரோ அல்லது ஷோபா சக்தியுடன் உரையாட விடுதலைப் புலி ஆதரவு நிலையைக் கொண்டுள்ள முன்னாள் விடுதலைப் புலிப்போராளியான இன்னுமொரு புலம் பெயர் எழுத்தாளரோ தெரிவுசெய்யப்பட்டிருப்பின் இன்னும் சிறப்பாக இருந்திருக்கும்.

புலிகளுக்குப் பின்னைய அரசியல் என்பதை புலிகளின் தோல்விக்குப் பிறகு யார் அல்லது எப்படி என்று பார்ப்பதைவிட தமிழர்களின் சமஉரிமைக்கான விடுதலைப் போரட்டம், விடுதலை, தேசியம், தமிழீழத் தனியரசுக்கான கோரிக்கைகள், இவற்றைக் கணிசமான காலம் முன்னெடுத்த புலிகளின் அமைப்பின் அரசியல், ராணுவ, சமூக செயற்பாடுகள், வெற்றிகள், தோல்விகள் அவை மீதான விமர்சனங்கள் 2009ல் புலிகள் சந்தித்த ராணுவ ரீதியான அழிவு, அதற்கான காரணங்கள் பற்றிய விமர்சனங்கள், மற்றும் நடப்பு அரசியல், உலக ஒழுங்கு, நமது சூழலில் இவை ஏற்படுத்தி இருக்கும் தாக்கங்கள் என்று விரிவாக ஆராயவேண்டியது அவசியம் என கருதுகின்றேன்.

கீற்று.
நவம்பர், 2013

பெயரிடாத நட்சத்திரங்கள் தொகுப்பை முன்வைத்து ஈழப் போராட்டத்தில் பெண் புலிகள்

பெயரிடாத நட்சத்திரங்கள் என்கிற பெயரில் ஈழத்துப் பெண் போராளிகளின் கவிதைகள் தொகுக்கப்பட்டு வெளிவந்திருக்கின்றன என்று அறிந்தபோது, அந்தப் புத்தகம் என் கைக்கு கிட்டும் முன்னர், அந்தப் புத்தகம் எவ்வாறு எதிர்கொள்ளப்படும் என்று ஒருமுறை யோசித்துப் பார்த்தேன். புலி எதிர்ப்பு எதிர் புலி ஆதரவு என்கிற தீர்மாணிக்கப்பட்ட பார்வைகளோடே பிரதிகள் அணுகப்படும் இன்றைய சூழலில் இப்புத்தகம் முழுக்க முழுக்க புலிகளின் பெண் போராளிகளின் கவிதைகளுடன் வெளிவந்திருப்பது எவ்வாறு அணுகப்படும் என்ற சந்தேகமே எனது யோசனைக்குக் காரணம். இந்நூல் வெளிவந்த அதேயாண்டு நவம்பர் 11 அன்று கனடாவில் "நினைவு தினம்" (Remembrance Day) அன்று ரொரன்றோ ஸ்ரார் பத்திரிகையில் வெளியான Rick Salutin என்பவர் எழுதிய At the tomb of unknown soldier (1) என்கிற பத்தி இவ்வாறு கூறுகின்றது,

"நினைவு தினங்கள் என்பவை நினைவு செய்வதற்காக மாத்திரமே. அவை வேறெதற்காகவும் அல்ல. மல்வர்ன் கல்லூரியில் இருந்த ஞாபகார்த்த பொருட்கள் தாக்கப்பட்டவை போன்ற செயல்கள் குழப்பகரமானவையும், ஏற்றுக்கொள்ள முடியாதவையுமாகும். முதலாம் உலகபோரின் முடிவிற்குப் பின்னர் நினைவுதினங்கள் கடைப்பிடிக்கப்படுகின்றன. இந்தப் போரை விமர்சித்த போருக்கு எதிரான கவிஞர்கள் காரசாரமாக எழுதியிருக்கின்றனர். ஆனால் இன்றைய தினம் இறப்புகளைப் பற்றிய தினம். போரைப் பற்றியதல்ல. இவர்கள் அப்பாவிகள், இவர்களைப் போருக்கு அனுப்பியவர்கள் அப்பாவிகளில்லாமல் இருக்கலாம். இந்த நாள் இவர்களுக்குரியது."

போராளிகள் குறித்து நினைவுகூரும்போது இந்த அணுகுமுறை அவசியமானது. இங்கே நான் போராளிகள் என்று கூறுகின்றபோது விடுதலைப் புலிகளை மாத்திரம் கூறவில்லை. ஈழ விடுதலையை முன்வைத்துப் பேசுகின்றபோது தமிழ்மக்களின் விடுதலைக்காகப் போராடிய அத்தனை போராளிகளும் போராளிகளே, மதிக்கப்படவேண்டியவர்களே, வணக்கத்திற்குரியவர்களே, "மாவீரர்களே". அதிலும் குறிப்பாக தமிழ் சமூகத்தில் இருக்கின்ற ஆணாதிக்க மனப்பாங்கைத் தாண்டி தமக்கான தளைகளை அறுத்து பெண்கள் ஈழப் போரில் ஈடுபட்டிருக்கின்றனர் என்பதை நாம் எல்லாருமே அறிந்திருக்கின்றோம். இன்று தொடர்ச்சியாக தீவிர புலி ஆதரவாளர்களால் போராளிகள் தெய்வத்தன்மை பொருந்தியவர்கள் போன்று சித்திகரிக்கப்பட்டு கூறப்பட்டு வருகின்ற அதே நேரத்தில் புலி எதிர்ப்பாளர்களால் அவர்கள் துப்பாக்கி முனையில் வைக்கப்பட்டிருந்தனர் என்றும், பெண்களும், குழந்தைகளும் அவர்களது மரபான இயல்புகள் அழிக்கப்பட்டு வந்தனர் என்றுமே கூறப்பட்டு வருகின்றது, ஆனால் உண்மையாகவே அப்படியா பெண் போராளிகள் இருந்தனர்?

இந்தத் தொகுப்பில் அம்புலி எழுதிய மீண்டும் துளிர்க்கும் வசந்தம் என்கிற கவிதையில் கூறுகிறார்,

எனக்காய் இரங்குமாறும்
கண்ணீர் வடிக்குமாறும்
யாரையும் கேட்கப் போவதில்லை,
பாவப்பட்ட உயிரென்றெனக்குப்
பிச்சையளிக்க முன்வராதீர்
வீண் கழிவிரக்கத்தில் என்னை
புரிந்துகொள்ள முயலாதீர்
எனது சுயத்தை அறிக.

வற்றாத வளத்துடன்
எனக்கென்றோர் வாழ்வு இவ்
வையகத்தில் இருந்தது

யாரையும் பற்றியிருக்காச்
சீவியச் செழிப்பில் வாழ்ந்த
தடயங்கள் இப்போதும் உண்டு.
மானம் பெரிதென மதித்த
மாண்பு எனது மரபு
உமைப்போல தலைநிமிர்த்தி
மீண்டும் இங்கு
வாழ்வதற்காய் எழுகின்றேன்.

இந்தப் பெண்கள் போரில் தம்மை ஈடுபடுத்திகொண்டிருந்தபோதும், போராளிகளாக இருந்த போதும் அவர்கள் தமக்குரிய அடையாளங்களோடும், சுயத்தோடும், வாழ்ந்தார்கள். தவிர, மிகுந்த மனோவலிமையும், தைரியமும், தாம் எந்த விதத்திலும் ஆணாதிக்கத்துக்கு உட்பட்டிருக்கவேண்டியதில்லை என்பதை முழுமையாக உணர்வும் கொண்டே வாழ்ந்து வந்தார்கள். பெண்களுக்கான சுதந்திரம், பாதுகாப்பு என்பன கடைப்பிடிக்கப்பட்ட அமைப்பாக புலிகள் இருந்திருக்கின்றனர் என்பதை இந்தப் புத்தகம் உள்ளிட்ட பெண் போராளிகளின் எழுத்துக்களின் ஊடாகவும், அவர்களது கள மற்றும் அரசியல் பணிகள் ஊடாகவும் அறியமுடிகின்றது. அதே நேரம், புலிகளில் கட்டுப்பாட்டில் இருந்த பெண்விடுதலையை மேற்கு நாட்டுப் பெண்ணியச் சிந்தனைகளோடு நேரடியாக ஒப்பிட்டு விவாதிப்பது பொருத்தமற்றதுமாகும். *Enemy Lines* என்கிற *Margaret Trawick* எழுதிய புத்தகத்தில் *Girls in the LTTE* என்றொரு அத்தியாயம் வருகின்றது. அதை வாசிக்கும்போது நாம் பெண்போராளிகள் பற்றி வைத்திருந்த விம்பங்களுக்கு மாற்றாக எப்படி அவர்கள் குழந்தைத்தன்மையுடனும், சினேக பாவத்துடனும், வயதை மீறிய மன முதிர்ச்சியுடனும் அதே நேரம் இயல்பான கூச்ச சுபாவத்துடனும் இருந்தனர் என்று அறிய முடியும், அதே அபிப்பிராயத்தை இந்தத் தொகுப்பில் இருக்கின்ற கவிதைகளும் உறுதி செய்கின்றன.

“எந்த மகனுக்காய்
என் கால்களை நகர்த்த?
நேற்று விதையுண்டு போன
மூத்தவனுக்கா? இல்லை
இப்போதுதான் விதைக்கப்பட்ட என்
இளைய குஞ்சுக்கா”

என்கிற அ.காந்தாவின் கவிதை போன்றன புறநானூற்று வீரத்தாய் மரபில் இருந்தாலும், ஆதிலட்சுமி, அம்புலி, கஸ்தூரி, மலைமகள் போன்றவர்கள் எழுதிய கவிதைகள் மிகவும் இயல்பாகவும் மிகைப்படுத்தலின்றியும் இருக்கின்றன. குறிப்பாக “அந்தத் தீபாவளியும் அழகிய என் கிராமமும்” என்கிற கவிதை 1987 தீபாவளி அன்று இந்திய இராணுவம் ஈழத்தில் அரங்கேற்றிய படுகொலைகளை கவிதை பேசுகின்றது. தொகுப்பின் பதிப்பாளர்கள் “கவிதைகளில் எந்த மாற்றமும் செய்யப்படவில்லை, சொற்களில் கூட (அதற்கான உரிமை படைப்பாளர்களைத் தவிர யாருக்குமே கிடையாது)” என்று குறிப்பிட்டிருந்தபோதும், 1987 ம் ஆண்டு தீபாவளி ஒக்ரோபர் 21ம் திகதியே வந்தது என்பதும் அன்றே இந்திய ராணுவம் தனது கொடூரமான கொண்டாட்டத்தை யாழ்ப்பாணம் ஆஸ்பத்திரியில் அரங்கேற்றியது என்பதுமே உண்மை. ஆனால் இந்தக் கவிதையின் ஆரம்பத்தில் 1987 நவம்பர் 22 என்று தொடங்குகின்றது. இது திருத்தப்பட / குறிப்பிட்டுச் சொல்லவேண்டிய தவறென்றே கருதுகின்றேன். இந்தக் கவிதையிலும், “நிழல் விரிக்கும் நினைவுகள்” என்ற கவிதையிலும் இந்திய ராணுவத்தின் காலத்தினைப் பதிவுசெய்யும் ஆதிலட்சுமி, அதன் பின்னர் “பாரதிக்கு” என்ற கவிதையில் ஆணாதிக்க சமூகம் ஒன்றில் தன் அடிமைத்தனத்தை உதற முற்படும் பெண் எதிர்கொள்ளுகின்ற சிக்கல்களையும், பின்னர் “உங்களுக்காய் நன் உருகித்துடிக்கின்றேன்” என்ற கவிதையில் ருவாண்டா நாட்டுச் சிறுவர்களை நோக்கியும் தன் அக்கறைகளைப் பதிவுசெய்கின்றார்.

அதுபோல “எழுதாத கவிதை” என்ற தனது இறுதிக் கவிதையில் கப்டன் வானதி இவ்வாறு குறிப்பிடுகின்றார்,

"எழுதுங்களேன்!
நான் எழுதாது செல்லும்
என் கவிதையை
எழுதுங்களேன்.

ஏராளம் எண்ணங்களை எழுத
எழுந்து வர முடியவில்லை
எல்லையில் என்
துப்பாக்கி எழுந்து நிற்பதால்
எழுந்துவர என்னால் முடியவில்லை
எனவே
எழுதாத என் கவிதையை
எழுதுங்களேன்"

1991 ஆனையிறவுச் சமரின்போது இந்தக் கவிதையை கப்டன் வானதி எழுதிக்கொண்டிருந்தபோது அவர் அருகில் இருந்த போராளி நாதினி, 2000ல் ஆனையிறவு மீட்கப்பட்டபின்னர் தனது முதலாவது கவிதையை

"எழுதாத என் கவிதையை
எழுதங்களேன் எனும்
உன் கவிதை
எழுதப்பட்டுவிட்டது.
உப்பு வெளியில்
உருகிய உங்கள்
உடல்கள் மீது
எமது வீரர்கள்
எழுதாத உன் கவிதையை
எழுதி முடித்தனர்"

என்று எழுதி ஆரம்பிக்கின்றார். வானதியின் கவிதை எழுதப்பட்டு, பின்னர் 2000ல் ஆனையிறவு மீட்கப்படும் வரை 9 ஆண்டுகளும் இந்தக் கவிதை வைராக்கியமாக நாதினியின் மனதில் சூலிரிந்திருக்கின்றது போலும்.

எதைத்தான் பாடுவது என்ற மலைமகளின் கவிதையில் வருவது போல

> "ஊர்ந்து போன கதை
> ஊர் கலைத்த எதிரிகளை
> உளவறிந்த கதை
> கொல்லவந்த பகைவருக்கு
> குண்டெறிந்த கதை
> அலையலையாய் நாம் புகுந்து
> "ஆட்டி" அடித்த கதை என
> ஆயிரம் கரு எமக்கு
> கவிதை எழுத"

என்று போர்ச்சூழலில் வாழ்ந்த பெண்களால், போரியல் மாத்திரமன்றி பல பரப்பிலும் இந்தக் கவிதைகள் எழுதப்பட்டிருக்கின்றன. போராளிகளைத் தவிர வேறு யாருக்கும் கிட்டாத

> "உன் சாதனை உன்னதம்
> உயிரிலும் மேலான உன் தோழிக்கும்
> தெரியாமல் நீ சென்றாய்
> உயிரைத் துறந்த அக்கணம்
> உடல் சிதறிய அந்நேரம்
> அறியேன் தோழி"

என்ற நகுலாவின் கவிதை வரிகளாகட்டும், அல்லது எல்லாரும் கண்ட, ஆனால் இத்தனை அழகியலுடன் பெரும்பாலும் சிந்தித்திராத

> "கிழிந்த காற்சட்டை ஒன்றை
> தைத்தவாறிருந்தாள் ஒருத்தி
> ஊசியில் நூல் கோர்த்தவாறு
> அவள் மெல்லச் சொன்னாள்
> வானமும் பீத்தலாப் போச்சிது
> இது முடிய அதையும் நான்
> பொத்தித் தைக்கப் போறேன்"

என்ற கவிதையும் சரி, இந்தப் போராளிகளின் கவிதைகள் மிகப் புதிய அனுபவத்தைத் தருகின்றன. இந்தக் கவிதைகளை இசங்களோடும், கவிதைக்கான இலக்கண, இலக்கியங்களோடும்

சேர்த்துப் பாராமல், போராட்ட சூழ்நிலையில், போரின் மத்தியில் இருந்துகொண்டு எழுதப்பட்ட கவிதைகள் என்ற உணர்வோடு படிப்பது முக்கியம்.

"ஓராயிரம் விழிகளின் உறக்கத்துக்கான
என் காவலிருப்பு
நாளையும் நான் வாழவேண்டும்" (அம்புலி, பக்கம் 15)

என்ற வரிகளோ,

"எப்பொழுதும்
யுத்தம் எனக்குப் பிடிப்பதில்லை
ஆயினும் அதன் முழக்கத்தினிடையே
எனது கோலம் மாற்றமடைந்தது,
கால நிர்ப்பந்தத்தில்" (அம்புலி பக்கம் 16)

என்ற வரிகளோ

"ஆயினும்
ஒரு வண்ணத்துப் பூச்சியின் சிறகடிப்பில்
எனை மறக்கவும்
ஒரு குழந்தையை மென்மையாக
தாலாட்டவும்
என்னால் முடியும்,
குளத்தடி மர நிழலில்
எனது புல்லாங்குழலைத் தழுவும்
காற்றோடு கதைபேச

நான் தயார்.
நிம்மதியான பூமியில் நித்திரைகொள்ள

எனக்கும் விருப்புண்டு" (அம்புலி பக்கம் 17)

என்ற வரிகளோ ஏற்படுத்தும் தாக்கம் அதன் வார்த்தைகளில் மாத்திரம் தங்கிவிடாமல் இந்தக் கவிதைகள் எம் ஆழ்மனதுடன் நேரடியாக பேசுகின்றன.

பெயரிடாத நட்சத்திரங்கள் என்ற இந்தத் தொகுப்பை ஈழவிடுதலை பற்றிய அக்கறையை முன்வைத்து நான் பார்க்கின்ற பார்வைக்கும், பெண்ணிய வாசிப்பொன்றை மேற்கொள்ளுகின்ற ஒருவருக்கும் முரண்படுகின்ற புள்ளிகள் இருக்கலாம். ஆயினும், எமது இன, மத, தேசிய, பண்பாட்டு, நடைமுறை, மானுடவியல் சார்ந்த விடயங்களை உள்வாங்கிய பெண்ணிய நோக்கில் இந்தப் பிரதியை அணுகுவதே பொருத்தமான வாசிப்பாக இருக்கும் என்றே கருதுகின்றேன்.

கடந்த *3* ஆண்டுகளாக கவிதைகள் வாசிப்பது ஏறக்குறைய நின்றே போயிருந்தாலும் ஈழப் போராட்டம், போராளிகள் வரலாறு, குறிப்பாக புலிகள் தொடர்பாக அறிவு சீவிகள், மற்றும் மாற்றுக் கருத்தாளர்கள் கட்டியெழுப்பிய, இன்னமும் எழுப்பிக்கொண்டிருக்கின்ற கருத்தியல்களை மீள் பரிசீலனை செய்யும் நோக்குடனான என் வாசிப்புச் சார்ந்து, அந்த மதிப்பீட்டின் அடிப்படையில் பெயரிடாத நட்சத்திரங்கள் தொகுப்பினை அணுகுவது என்பதன் அடிப்படையில் இந்தக் கவிதைத் தொகுப்பை ஆர்வத்துடன் வாசித்திருந்தேன். ஈழம் பற்றிய பேச்சுக்கள் வரும்போதெல்லாம் எம்மால் எதையும் செய்ய முடியாது என்பதுதான் யதார்த்தம் என்று சொல்லப்படுவதை அண்மைக்காலமாக நான் கவனித்தும் எதிர்கொண்டும் இருக்கின்றேன். எம்மால் உண்மையாகவே ஏதும் செய்யமுடியாதா? சம உரிமை வேண்டுமென்று எழுகின்ற குரல்களை “உங்களால் எதுவும் செய்ய முடியாது” என்று அடக்குவது ஒடுக்குமுறையின் குரல் அல்லவா? இன்று இணையத்தளங்களில் தேடிப்பாருங்கள், குறிப்பாக ஆங்கிலத்தில். தமிழரின் விடுதலைப் போராட்டத்துக்கெதிரான கருத்துக்களே அதிகம் குவிந்து கிடக்கின்றன. ஏன் இது விடுதலைப் போராட்டமேயல்ல என்றும் கூட இன்று சொல்லப்படுகின்றது. ஈழப் போரில் தமிழர்களின் நியாயங்களுக்கும் போராட்டத்துக்கும் எதிராகச் செய்யப்பட்ட பரப்புரைகளை இணையவெளி எங்கும் குவிந்திருக்கக் காணலாம். இந்தப் பரப்புரைகள் கூட தமிழர்களின் இனவிடுதலைக்கான போராட்டத்துக்கு எதிரான செயல்கள் அல்லவா! குறைந்தபட்சம் இந்தப் பரப்புரைகளை கருத்தியல் ரீதியாக நாம் எதிர்கொள்ள முடியாதா? இங்கே நான் தெளிவாக ஒன்றைக் குறிப்பிடவிரும்புகின்றேன். தமிழர் விடுதலை என்று பேசியவுடனேயே புலிகளை நியாயப்படுத்துகின்றேன் என்று அர்த்த

தாயகக் கனவுகள் 39

ப்படுத்திக்கொள்ளாதீர்கள். புலிகள் மீது எனக்கும் விமர்சனங்கள் உண்டு, அவை பெரிதும் புலிகளின் ஜனநாயக விரோதப் போக்கை, முழுமையான ராணுவ வாதத்தை விமர்சிப்பவை. ஈழத்தில் இனரீதியான ஒடுக்குமுறை தமிழர் மீது பிரயோகிக்கப்பட்டபோது அதற்கெதிராக இனவிடுதலைப் போராட்டம் தொடங்கியது. அதன் கூறுகளாகவே சமூகவிடுதலைக்கான சாதி ஒழிப்பு, பெண் விடுதலை போன்றவை பார்க்கப்படவேண்டும் என்பதே எனது கருத்து. புலிகளின் கட்டுப்பாட்டுப் பிரதேசங்களில் வாழ்ந்தவர்களுக்குப் பெண்கள் புலிகளின் நிகர் அரசாங்கத்தில் பெண்களின் பாதுகாப்புக்காகவும் விடுதலைக்காகவும் எடுக்கப்பட்ட முன்னெடுப்புகள் பற்றித் தெரிந்திருக்கும். குறிப்பாக தமிழீழச் சட்டக் கோவையின் பிரகாரம் முன்னர் வழமையில் இருந்த தேசவழமைச் சட்டத்தில் மாற்றங்கள் கொண்டுவரப்பட்டு பெண்களுக்கு சொத்துரிமை, கருக்கலைப்பு தொடர்பான உரிமைகள், பாலியல் பலாத்காரம் போன்றவற்றில் விசேட சட்டங்கள் கொண்டுவரப்பட்டதுடன், சொத்துக்களை ஆண்ளைப் போலவே சுதந்திரமாக விற்பதற்கான உரிமையும் இருந்தது. இது குறித்து பரா வழங்கிய நேர்காணல் ஒன்றின் சிறுபகுதி,

"We made special laws for women regarding their property rights, rape, abortion etc. Under our laws women are totally free and on par with men in property transactions. As you know, this is not the case under Jaffna's traditional law, Thesawalamai. Our civil code has done away with the stipulation in Thesawalamai that a woman should obtain her husband's consent to sell her property. We made caste discrimination a crime. These could be considered some of the milestones of the Thamil Eelam judicial system. " (3)

ஈழப் போராட்டம் குறித்த விடயங்கள் குறித்துத் தொடர்ந்து எழுதுவது என்று தீர்மாணித்தபின்னர் அதற்கான தீவிர வாசிப்பில் ஈடுபட்டேன், அவை எனக்கு நிறைய விடயங்களில் தெளிவைத்தந்தன. நிறைய விடயங்களில் மிகப் பிழையான புரிதல்களுடன் இருந்திருக்கின்றேன் என்பதையும் உணர்ந்துகொண்டேன். ஈழப்போராட்டம் பற்றியும் உலக அளவில் நடைபெற்ற விடுதலைப் போராட்டங்கள் குறித்தும்

தேசியம், பெண்ணியம், இனப்படுகொலை, பாசிசம், குழந்தப் போராளிகள் என்பன குறித்தும் நிறைய நூல்களும் ஆய்வுகளும் இருக்கின்றன. ஈழப்போராட்டம் குறித்தும் தமிழ்த் தேசிய அரசியல் குறித்தும் அக்கறை கொண்டவர்கள் இயன்றவரை அவற்றைத் தொடர்ந்து வாசிப்பதும் உரையாடுவதும் முக்கியம் என்பதையே மீண்டும் மீண்டும் வலியுறுத்திக்கொள்ளுகின்றேன். அது மாத்திரமன்றி ஒரு தார்மீகக் கடமையாக ஈழத்தில் இருந்து வெளிவரும் பத்திரிகைகளையும் இணையத்தளங்களையும் அவற்றின் குறைகளைத் தாண்டியும் தொடர்வதும் அவசியமானது. மாற்று அரசியல் செய்கிறோம் என்ற பெயரில் வெறும் காழ்ப்பை மாத்திரம் முன்வைத்து வெறுப்பு அரசியல் செய்வோரையும் அவர்கள் பிரதிநிதித்துவப்படுத்தும் பத்திரிகைகள், இணையங்களையும், இலங்கை அரச பின்னணியுடன் இயங்குகின்ற ஊடகங்களையும் வாசித்து அதன் அடிப்படையில் ஈழப் போராட்டம் பற்றியும், புலிகள் அமைப்புப் பற்றியும் தீர்மாணங்களை மேற்கொள்ளுவது சேகுவரா பற்றி அமெரிக்க அரசின் அதிகாரபூர்வ இணையங்களூடாக அணுகுவதைப்போல முட்டாள்தனமானது என்பதுதானே உண்மை.

அண்மையில் குழந்தைப் போராளிகள் பற்றி தொடர்ச்சியாக சில புத்தகங்களை வாசித்தேன். அவற்றில் குறிப்பிடப்பட்டிருந்த ஒரு முக்கிய விடயம், சியரா லியோன், கொங்கோ, கம்போடியா என்று குழந்தைப் போராளிகள் போரில் ஈடுபடுத்தப்பட்ட நாடுகளில் எல்லாம் பெண்கள் பாலியல் அடிமைகளாக பயன்படுத்தப்பட்டதாகவும், பாலியல் சுரண்டல்களுக்குள்ளானதாகவும், அதே நேரம் புலிகள் இயக்கத்தில் பெண்கள் எந்தவிதமான பாலியல் துஷ்பிரயோகங்களுக்குள்ளாக்கப்படவில்லை என்றும், எல்லா விதங்களிலும் ஆண்களுக்கு சமமாகவே மதிக்கபப்ட்டார்கள் என்றும், ஆண்கள் ஈடுபட்டிருந்த அனைத்துத் துறைகளிலும் பெண்களும் ஈடுபட்டிருந்தனர் என்றும் குறிப்பிடப்பட்டிருக்கின்றது. இதே நேரத்தில் Margaret Trawick*ன்* Enymy Lines*ல்* கூறுகிறார்

"நான் அங்கே இருந்த காலங்களில் போராளிகளின் நிறைய திருமணங்கள் நடைபெற்றன. நான் கேள்விப்பட்டவை எல்லாமே ஆண் போராளிகளுக்கும் சாதாரண பெண்களுக்குமானவையாகவே இருந்தன. இதே போலா சாதாரண ஆண்கள் போராளிப் பெண்களை திருமணம் செய்வார்களா அல்லது செய்ய

முடியுமா என்று அறிவதில் ஆர்வமாக இருந்தேன். அதன் பின்னர் சில நாட்களில் பிரபாகரன் ஆண் போராளிகள் பெண் போராளிகளை மாத்திரமே திருமணம் செய்யலாம் என்று கட்டளையிட்டதாகவும் அறிந்தேன். ஆனாலும் இந்தச் செய்தியை என்னால் உறுதிப்படுத்த முடியவில்லை"

என்று. போரின் பின்னால், குறிப்பாக போரில் விடுதலைப் புலிகள் ராணுவரீதியில் தோற்கடிக்கப்பட்ட பின்னர் பெண் போராளிகள் அடைந்திருக்கின்ற கையறு நிலை பேசப்படவேண்டியதே. அதே நேரம், போரின் பின்னரான பெண்போராளிகளின் நிலையச் சுட்டிக்காட்டி, புலிகள் பெண்களின் விடுதலையையும், உள்ளொளியை உணரவும் கற்றுத்தரவில்லை என்றும் சொல்லபடுகின்ற வாதம் அபத்தமானது.

தகவல்களுக்கு உதவிய புத்தகங்கள், Margaret Trawick எழுதிய Enemy Lines Warfare, Childhood and Play in Batticaloa

தகவல்களுக்கு உதவிய புத்தகங்கள் Michael Wessells எழுதிய Child Soldiers From Violence to Protection.

கீற்று.
நவம்பர், 2011

ஈழப்போராட்டத்தில் எனது பதிவுகள்

ஒரு புத்தகம் அது உள்ளடக்கியிருக்கின்ற விடயங்களில் மாத்திரம் அல்லாமல் அது வெளிவரும், எழுதப்படும், வாசிக்கப்படும் காலங்களாலும் முக்கியத்துவம் பெறுகின்றது. அந்த வகையில் ஈழப்போராட்டம் மிகப்பெரியதோர் இனப்படுகொலையுடன் ராணுவ ரீதியாக முடிவுக்கொண்டுவரப்பட்டிருக்கின்ற காலப்பகுதியில் வெளிவந்திருக்கின்ற, ஈழப்போராட்ட வரலாற்றில் ஐயர் என்று அறியப்பட்டவரான கணேசன் எழுதிய "ஈழப் போராட்டத்தில் எனது பதிவுகள்" என்கிற நூலை முக்கியமானதாகவே நான் உணர்கின்றேன். மிகப் பெரியதோர் அழிவிற்குப் பின்னரும் தமிழரின் தேசிய விடுதலைப் போராட்டத்திற்கான தேவைகள் அப்படியே இருக்கையில், இனரீதியிலான ஒடுக்கல் இன்னமும் அதிகரித்து வருவதாக அவதானிக்கப்படுகின்ற காலப்பகுதியில், தமிழ்த் தேசிய உணர்வு இன்னமும் கூர்மை அடைந்திருப்பதை அவதானிக்கக்கூடியதாக இருக்கின்ற இந்நாட்களில் தமிழரின் தேசிய விடுதலைப்போராட்டத்தையும் அது முன்னெடுக்கப்பட்ட விதத்தையும் ராணுவ, அரசியல் ரீதியிலான அணுகுமுறைகளை சுய பரிசோதனை செய்வதற்கும், மீள்பரிசீலனை செய்வதற்குமான தேவையும் அதிகரித்தே இருக்கின்றது. மேற்குறித்த பார்வைகள் மற்றும் கூறுகள் தொடர்பான முழுமையான பிரக்ஞையுடன் ஈழப்போராட்டத்தில் எனது பதிவுகள் என்கிற இந்தப் புத்தகத்தைப் பற்றிய எனது பார்வையை இங்கே பதிவாக்குகின்றேன்.

இந்நூலில் 1972ல் தமிழ் இளைஞர்கள் ஆயுதம் தாங்கிய போராட்டங்களைத் தொடங்கிய காலப்பகுதிகளில் இருந்து

அதில் ஈடுபட்டு, பின்னர் தமிழ்ப் புதிய புலிகள் அமைப்பிலும் தமிழீழ விடுதலைப்புலிகள் அமைப்பிலும் ஆரம்பகால மத்திய குழு உறுப்பினர்களில் ஒருவராக இருந்த ஐயர், புலிகள் அமைப்பு இரண்டாக உடைந்தமை, பின்னர் புளொட் இயக்கத்தின் தோற்றம் வரையான காலப்பகுதிகளிலான தனது அனுபவங்களை பதிவாக்கியுள்ளார். இதில் முக்கியமாகக் குறிப்பிடவேண்டிய விடயம் என்னவென்றால் இயன்றவரை தான் சார்ந்திருந்த அமைப்பின் தவறுகளைச் சுட்டிக்காட்டுகின்ற போது, அந்தத் தவறுகளில் இருந்து தன்னை விடுவித்து பிறர் மீது பழி சுமத்துவதைத் தவிர்த்து அந்நாட்களில் மேற்குறித்த முடிவுகள் எடுத்தபோது அதிலிருந்த தனது வகிபாகத்தையும், தனது நிலைப்பாட்டையும் ஒத்துக்கொண்டே ஐயர் எழுதிச்செல்லுகின்றார். அதே நேரம், புலிகள் இயக்கத்தை விட்டு வெளியேறி கிட்டத்தட்ட 25 வருடங்களின் பின்னர் அன்றைய புலிகள் இயக்கத்தின் தவறான நடவடிக்கைகளாக எவை அமைந்திருந்தன, அவற்றை எவ்வெவ்வாறு செய்திருக்கலாம் என்று சொல்லிக்கொள்ளுவதற்கு ஐயருக்கின்ற சலுகை புலிகள் இயக்கத்தில் தொடர்ந்து இருந்தவர்களுக்கு அதன் தலைமை உட்பட இருந்திருக்காது என்பதைக் கவனத்திற்கொள்ளவேண்டும். தேசிய இன விடுதலை என்ற நோக்கத்துக்காகப் போராடப் புறப்பட்டவர்கள் அதற்கான பயணத்தில் எதிர்கொண்ட நடைமுறை சார்ந்த பிரச்சனைகள், நோக்கம், கருத்தியல், நடைமுறை என்பவற்றுக்கான முரண்களை அவர்கள் எவ்விதம் கையாண்டார்கள் என்பன குறித்த ஆக்கபூர்வமான விமர்சன ரீதியிலான அணுகுமுறையுடன் ஈழத்தமிழர்களின் தேசிய விடுதலைப் போராட்டத்தை அணுகுவதே அதைப் பற்றிப் புரிந்துகொள்ளவும் மதிப்பிடவும் அவசியமானது.

குறிப்பாக இந்த நூலிலும், இன்னும் நிறைய இடங்களிலும் பிரபாகரனின் தூய ராணுவ நோக்கு தொடர்ச்சியாக விமர்சிக்கப்பட்டுகின்றது. அதே நேரத்தில் வரலாற்றில் பிரபாகரனின் பாத்திரத்தை அணுக முற்படும்போது அன்றைய அரசியல் சமூக சூழல், அவர் எதற்காக போராட முன்வருகின்றார், தனது போராட்டத்தை அவர் ஆரம்பிக்கின்ற போது அதற்கான தேவை எப்படி இருந்து, என்ன தேவையாக இருந்தது என்று அவர் கருதினார், அவரைப் பாதித்த தலைமைகள் போன்ற

காரணிகளையும் சேர்த்தே ஆராயவேண்டி இருக்கின்றது. அதன் தேவை கருதி தனது ஆரம்ப கால நேர்காணல்களில் பிரபாகரன் தெரிவித்த சில கருத்துக்களை அவதானிப்போம்,

1984 ல் சண்டே (இந்தியா) இதழில் வெளியான அனிதா பிரதாப்பிற்கு வெளியான நேர்காணலில்,

“இலங்கைத் தமிழர்களுக்கு ஆயுதப் போராட்டமே ஒரே வழியென்று நீங்கள் தீர்க்கமான முடிவுக்கு வர நிர்ப்பந்தித்த உங்களின் தனிப்பட்ட அனுபவங்களைச் சற்றுக் கூறுவீர்களா? கல்வி, வேலை வாய்ப்பு ஆகியவற்றில் இலங்கை அரசு காட்டிய பாரபட்சமான கொள்கையால் நீங்களோ உங்கள் குடும்பத்தவரோ அல்லது உங்கள் நண்பர்களோ நேரடியாகப் பாதிக்கப்பட்டுள்ளனரா?’

என்கிற கேள்விக்கு

“நான் பள்ளிச் சிறுவனாக இருந்த போது 1958 ஆம் ஆண்டின் இனக் கலவரங்களில் நிகழ்ந்த பயங்கரச் சம்பவங்கள் என் மனதில் ஆழமான பாதிப்பை ஏற்படுத்தின. சிங்கள இன வெறியர்களால் எம் மக்கள், ஈவிரக்கமில்லாமல் கொடூரமாகக் கொல்லப்பட்ட நெஞ்சை உலுக்கும் சம்பவங்களை நான் கேள்விப்பட்டேன். எங்கள் குடும்பத்துக்குத் தெரிந்த ஒரு விதவைத் தாயை நான் ஒரு முறை சந்தித்த போது அவர் இந்த இன வெறியாட்டத்தால் தனக்கு நேர்ந்த துயரமான அனுபவத்தை என்னிடம் சொன்னார். இனக்கலவரத்தின் போது சிங்களக் காடையர்கள் கொழும்புவில் இருந்த அவர் வீட்டைத் தாக்கினார்கள். அவரது வீட்டிற்குத் தீ வைத்து அவருடைய கணவரையும் கொடூரமாகக் கொண்டார்கள். அவரும் அவரது பிள்ளைகளும் பலத்த எரி காயங்களுடன் தப்பினார்கள். அவரது உடம்பில் காணப்பட்ட எரிகாயத் தழும்புகளைப் பார்த்த போது நான் மிகவும் அதிர்ச்சியடைந்தேன். சிறு குழந்தைகளைக் கொதிக்கும் தாருக்குள் உயிருடன் வீசிக்கொன்ற கோரச் சம்பவங்களை நான் கேள்விப்பட்டேன். அநாதரவான அப்பாவித் தமிழர்கள் எவ்வாறெல்லாம் கொடூரமான தாக்குதலுக்கு உள்ளாகின்றார்கள் என்று கேட்கும்போதெல்லாம் எம்மக்கள் மீது ஆழ்ந்த அனுதாபமும் அன்பும் ஏற்பட்டன. இந்த இனவெறி அமைப்பின் பிடிக்குள் இருந்து எம்மக்களை மீட்கவேண்டும் என்ற பெரும் உந்துதல் என்னிடம் தோன்றியது. நிராயுத பாணிகளான அப்பாவித் தமிழர்களுக்கெதிராக ஆயுத வலிமையைப் பிரயோகிக்கும் இந்த அமைப்பினை ஆயுதப் போராட்டத்தின் மூலமே

எதிர்கொள்ளமுடியும் என்று நான் ஆழமாக உணர்ந்தேன்" (மாவீரர் உரைகள், நேர்காணல்கள் பக்கம் 254-255; தோழமை வெளியீடு)

என்று பதிலளிக்கின்றார் பிரபாகரன். இதை ஒத்த கருத்துக்களையே பின்னர் 30/டிசம்பர்/1985 ஃப்ரொன்ட்லைன் இதழிற்கு வழங்கிய நேர்காணலிலும், 23/மார்ச்/1986 ல் வீக் இதழிற்கு வழங்கிய நேர்காணலிலும் தெரிவித்துள்ளார்.

எனவே தமிழ்மக்கள் மீது இலங்கை அரசின் நேரடியான மற்றும் மறைமுகமான ஆதரவுடன் நிகழ்த்தப்பட்ட ஆயுத மற்றும் அரசியல் ரீதியான வன்முறைகளை எதிர்கொள்வதற்கு தமிழர்களுக்கென ஒரு ராணுவம் தேவை என்பதே பிரபாகரன் உள்ளிட்ட பலரின் கருத்தாக அந்நாட்களில் இருந்தது. இதனையே ஐயரும் குறிப்பிடுகின்றார்,

"பிரபாகரன் உட்பட நாம் அனைவருமே இன அடக்குமுறைக்கு எதிரான எமது கோபத்தை, பெருந்தேசிய வன்முறைக்கு எதிரான எமது உணர்வுகளை, ஆயுதப் போராட்டமாக முன்னெடுக்க, தமிழர் விடுதலைக் கூட்டணி சட்ட வரம்புகளுக்கு உட்பட்ட வகையில் போராட்டத்தை முன்னெடுத்தது என்பதே எமது நம்பிக்கை" (பக்கம் 62)

என்றும்

"பிரபாகரனது நோக்கமும் அதன் வழி எமது நோக்கமும் ஒரு பலமான இராணுவக் குழு ஒன்றைக் கட்டியமைத்துக் கொள்வதே. தமிழர் விடுதலைக் கூட்டணியின் அரசியலை நாம் போதுமானதாக எண்ணியிருந்தோம்" (பக்கம் 65)

என்றும் குறிப்பிடுகின்றார். தவிர இன்னோரிடத்தில்

"நான் இந்தியாவில் இருந்த வேளையில் எமது மத்திய குழுவும் தமிழர் விடுதலைக் கூட்டணியும் ஒரு எழுதப்படாத ஒப்பந்தத்திற்கு வந்திருந்தனர். தமிழர் விடுதலைக் கூட்டணி அரசியல் அமைப்பு என்றும், இளைஞர் பேரவை வெகுஜன அமைப்பு என்றும் புலிகள் இவற்றிற்கான ராணுவ அமைப்பு என்றும் முடிவிற்கு வருகின்றனர்" (பக்கம் 56).

இந்தச் சம்பவம் கிட்டத்தட்ட 77ல் நடக்கின்றது. எனவே புலிகள்

ஆரம்பகாலத்தில் இருந்தே தம்மை ஒரு ராணுவக் குழுவினராகவே வளர்ந்து வந்தனர். ஏற்கனவே இருந்த தமிழர் விடுதலை கூட்டணியை தமக்கான அரசியலை முன்னெடுப்பவர்களாகவே அவர்கள் அன்று நம்பி இருந்தனர். அந்த அடிப்படையிலேயே தமிழ்ப் புதிய புலிகளின் முதலாவது அமைப்பு விதிகளும் தூய ராணுவ நோக்கிலேயே அமைந்திருந்தன. தமிழர்களுக்கென வலிமையான ராணுவம் ஒன்றைக் கட்டியெழுப்புவதே முதன்மையான தேவை என்பதில் உறுதியாக இருந்த பிரபாகரன் அவ்வாறு கட்டியெழுப்பபப்படும் ராணுவம் ராணுவ ஒழுக்கத்துடனும் கட்டுப்பாடுடனும் இருக்கவேண்டும் என்று கருதினார். 1986ல் நியூஸ் வீக் இதழிற்காக தீபக் மஷூம்தாரிற்கு வழங்கிய நேர்காணலிலும் இந்தக் கருத்தையே பிரதிபலித்துள்ளார் பிரபாகரன். இந்தப் புத்தகத்தில் புலிகள் இயக்கத்திற்குள் பிரபாகரன் செலுத்திய ராணுவப் போக்குப் பற்றிய விமர்சனங்கள் முன்வைக்கப்பட்டிருக்கின்றபோதும், அவற்றை மேற்குறித்த நிபந்தனைகளுடன் சேர்த்து ஆராய்வதே பொருத்தமானதாக இருக்கும்.

அது போல அன்றைய சூழலில் ஐயர் உள்ளிட்ட இளைஞர்கள் தமது அரசியல் பாதையைத் தீர்மானிப்பதில் செல்வாக்குச் செலுத்திய காரணிகளையும் பார்ப்போம். 1970ல் லங்கா சம சமசமாஜக் கட்சியும், இலங்கைக் கம்யூனிஸ்ட் கட்சியும் சிறீமாவோ தலைமையிலான சுதந்திரக்கட்சியுடன் இணைந்து ஆட்சி அமைந்திருந்த காலப்பகுதியில் இனவாரியான தரப்படுத்தல், பௌத்த மதச்சார்பான அரச கொள்கை, சிங்களம் அரச கரும மொழி ஆக்கப்படல் போன்றவை நடைமுறைப்படுத்தப்படுகின்றன. இக்காலப்பகுதி பற்றி ஐயர் சொல்வதைப் பார்ப்போம்,

"இந்த நேரத்தில் நாமெல்லாம் தூய தேசியவாத சிந்தனையுடனேயே செயற்பட ஆரம்பித்தோம். எமக்குத் தெரிய சண்முகதாசனின் மாவோயிசக் கட்சி போன்றன தீவிர இடதுசாரிக் கருத்துகளுடன் வெளிவந்திருந்தாலும், தேசியப் பிரச்சனையில் அவர்கள் அக்கறை காட்டவில்லை. தமிழ் பிரச்சனைகள் பற்றிப் பேசுவதெல்லாம் அண்ணாத்துரை, கருணாநிதி, தமிழரசுக் கட்சி என்பன என்பதே எமக்குத் தெரிந்திருந்தவை" (பக்கம் 8)

இங்கே கருணாநிதி, தமிழரசுக்கட்சிகளை ஐயர் சுட்டிக்காட்டியிருப்பது இன்று சிலரால் நகைப்பிற்கு உரிய ஒன்றாகக்

கருதப்படலாம் என்றாலும், அவர்களின் அன்றைய காலப்பகுதியிலான பங்களிப்புகளை அவர்களின் பின்னைய அரசியல்களைக் காரணங்காட்டி மறுத்துவிடமுடியாது. ஈழப்போராட்டத்தின் ஆரம்பகாலப்பகுதியில் அதன் எல்லாப் பலவீனங்களையும் தாண்டி எவ்வாறு தமிழரசுக்கட்சி போன்றவற்றின் செயற்பாடுகள் மிகுந்த ஆதரவாக இருந்தன என்று அண்மையில் "தமிழர்களின் நாடு கடந்த அரசியல்" என்கிற புத்தக வெளியீட்டு விழாவில் செழியனும் குறிப்பிட்டிருந்தார். அதுபோலவே திராவிட இயக்கங்களினதும் திராவிடக் கட்சிகளினதும் செல்வாக்கும் ஆதரவும் ஈழத்தமிழர்களின் தேசிய விடுதலைப் போராட்டத்துக்கு பெருந்துணை புரிந்திருக்கின்றன.

தவிர இக்காலப்பகுதி இலங்கையைப் பொறுத்தவரை அரசாங்கம் தமிழர்கள் மீது இன ரீதியிலான ஒடுக்குதல்களை மிகத் தீவிரப்படுத்தியிருந்த, அதே நேரம் இடதுசாரிக்கட்சிகள் இனப்பிரச்சனை பற்றிய கரிசனைகளை தமது நிகழ்சி நிரலில் இருந்து அகற்றியிருந்த காலம். இந்தச் சூழ்நிலையில் ஆயுதப் போராட்டத்தை முன்னெடுத்த அன்றைய இளைஞர்களுக்கு ஏற்ற அரசியல் ரீதியான தலைமை அமையவில்லை என்றே கருதவேண்டும். புலிகள் இயக்கத்தைப் பொறுத்தவரை பிரபாகரன் அதில் ஆளுமை செலுத்தியவராக இருந்தபோதும் அதன் தலைவர் என்று ஒருவர் தேர்ந்தெடுக்கப்படுகின்ற போது அவர் உமா மகேஸ்வரனையே பிரேரிப்பதையும் இங்கே அவதானிக்கவேண்டும்.

பிரபாகரனைப் போலவே வலிமையான ராணுவம் ஒன்றைக் கட்டமைக்கவேண்டும் என்ற கருத்துடையவராக இருந்தபோதும் ஏற்கனவே இளைஞர் பேரவையின் செயலாளர் என்ற வகையில் அறியப்பட்டவராகவும், தம்மை விட அதிகம் தொடர்புகளைக் கொண்டிருந்தவராகவும் உமா மகேஸ்வரன் இருக்கின்றார் என்றும், ஏற்கனவே அரசியல் போராட்டங்களில் அவர் தொடர்ந்து ஈடுபட்டுவந்தார் என்றும் ஐயர் குறிப்பிடுவதையும் இங்கே சுட்டிக்காட்டுவது முக்கியமானதாகவே தோன்றுகின்றது. ஏனெனில் உமா மகேஸ்வரனுக்குப் புலிகள் இயக்கத்துடன் ஏற்பட்ட பிளவே பிரபாகரனை அதிகம் இறுக்கமானவராக்கியது என்று ஐயரும் இந்நூலின் 211 ஆம் பக்கத்தில் குறிப்பிடுகின்றார். பின்னர் புலிகளில் ஜனநாயகத் தன்மை இல்லை என்பதைக் காரணம் காட்டிப்

புலிகளில் இருந்து சுந்தரம் போன்றோர் பிரிந்து செல்கின்றபோது அவ்வாறான குற்றச்சாற்றுகள் இயக்கத்தை இரண்டாக உடைக்கும் நோக்குடையவை என்ற கண்ணோட்டத்துடனேயே பிரபாகரன் அவற்றை எதிர்கொள்ளுகின்றார். அதன் பின்னர் சுந்தரம் தலைமையில் சிலர் பிரிந்துசெல்கின்றபோது உடனடியாகவே உமா மகேஸ்வரனும் சுந்தரம் போன்றோருடன் இணைந்து கொள்வதுடன் அந்நிகழ்வு பற்றி ஐயர் தொடர்ந்து சொல்வது பின்வருமாறும் அமைகின்றது,

"ஊர்மிளா தொடர்பான பிரச்சனையில் உமா மகேஸ்வரனைக் கொல்வதற்காக அனுப்பப்பட்டவர்களில் சுந்தரமும் ஒருவர். அவ்வேளையில் இருந்தே உமா மகேஸ்வரனுடன் சுந்தரத்துக்குத் தொடர்பிருந்திருக்கலாம் என்று எம்மில் பலருக்கிருந்த சந்தேகம் இப்போது உறுதியானது போலிருந்தது.

சுந்தரத்தின் அனுசரனையோடு சுழிபுரம் பகுதியிலேயே உமா மகேஸ்வரன் தங்கியிருந்ததாகவும் அவர்கள் (இங்கே அவர்கள் என்று ஐயர் குறிப்பிடுவது கண்ணன் மற்றும் சுந்தரத்தை) அருண்மொழிவர்மன் எமக்குத் தெரிவிக்கின்றனர்" (பக்கம் 210).

இதைத் தொடர்ந்து நடைபெற்ற *PLOTE* மத்திய குழு விவாதங்களில் புலிகள் இயக்கத்தில் இருந்தது போலவே ராணுவத் தாக்குதல்களை முன்னெடுக்கவேண்டும் என்ற கருத்தை உமா மகேஸ்வரன், சந்ததியார், சுந்தரம் போன்றோர் முன்வைப்பதுடன் உமா மகேஸ்வரன், சுந்தரம் போன்றோரால் பணத் தேவைகளை நிவர்த்தி செய்ய கொள்ளைகளில் ஈடுபடவேண்டும் என்ற கருத்தும் முன்வைக்கப்படுகின்றது. தவிர *PLOTE* இயக்கத்திலும் உமா மகேஸ்வரன், சந்ததியார், சுந்தரம் போன்றோர் அதிகம் செல்வாக்கு செலுத்தியதாகத் தாம் உணர்ந்ததாகவும் ஐயர் இங்கே பதிவுசெய்கின்றார். அதாவது எந்தக் குற்றச்சாற்றுகளை முன்வைத்து புலிகள் இயக்கத்தை விட்டுப் பிரிந்து புளொட் இயக்கம் உருவாக்கப்படுகின்றதோ அதே செயற்திட்டங்களையும், அரசியலையுமே புளொட் இயக்கத்தினரும் தமது மிகத் தொடக்க கால மத்திய குழு விவாதங்களில் இருந்தே முன்னெடுத்தனர் என்பது தெளிவாகின்றது. இவற்றினாலும் சுந்தரம் முதலானோர் மீதான தனது சந்தேகம் சரியானதுதான் என்பதில் பிரபாகரன் உறுதியடைந்திருக்கவும் முடியும்.

இவற்றை நான் இங்கே பதிவுசெய்வது புலிகளை முழுக்க பழி நீக்கம் செய்யவேண்டும் என்கிற முனைப்போடு அல்ல. புலிகள் பற்றிய விமர்சனங்களை முன்வைக்கும்போது புலிகள் தரப்பு நியாயங்களையும் அவர்கள் மேலும் மேலும் ராணுவவாத அமைப்பாக மாறியதற்கான காரணிகளையும் சேர்த்து உரையாடுவதே ஈழப்போராட்டத்தில் விடுதலைப் புலிகளை வகிபாகத்தை மதிப்பீடு செய்வதற்கு உதவும் என்பதே எனது வாதம்.

ஈழத்தில் மிக மோசமாக அடக்கப்பட்டிருக்கின்ற தமிழர்களின் தேசிய உரிமைப் பிரச்சனைகளைத் தொடர்ந்து முன்னெடுக்க, எமது கடந்த கால போராட்டங்களை வழிமுறைகளையும் செல்நெறிகளையும் சுயவிமர்சனம் செய்யவும், மறு பரிசீலனை செய்யவும் வேண்டி இருக்கின்றது. ஆனால் மறு பரிசீலனை என்பது எல்லாத் தவறுகளையும் ஒரு தரப்பில் சுமத்தி விடுவதல்ல. இன்று பல்வேறு கட்டுரைகளிலும், விவாதங்களிலும் புலிகளை வெறும் பயங்கரவாதிகளாகச் சித்திரிப்பதையும், பாசிஸ்டுகள் என்று கடந்து போவதையும் அவதானிக்கக் கூடியதாக இருக்கின்றது. முதலில் அரச பயங்கரவாதத்தையும் அரசுக்கு எதிராக பயங்கரவாதத்திற்குமான வேறுபாட்டை இவர்கள் உணர்ந்து இது போன்ற வாதங்களை முன்வைக்க வேண்டும். பாசிஸ்டுகள் என்று கூறும்போது எதனால் புலிகள் பாசிஸ்டுகள் என்று சொல்கிறோம் என்பதை முன்வைக்க வேண்டும். பாசிஸ்டுகள் என்ற வார்த்தையை பொதுவாக தம்மை அடையாளபடுத்துவதை விட தமக்கு எதிரானவர்களை களங்கம் கற்பிக்கவே பிரயோகிக்கின்றனர் என்கிற *Samanth Power* ன் கூற்றையே இங்கே குறிப்பிடவிரும்புகின்றேன். ஒரு விடுதலைப் போராட்ட அமைப்பொன்றினை பாசிஸ்டுகள் என்று குறிப்பிடுவதாலேயே கடந்துபோவது அபத்தமானது.

புலிகள் மக்கள் அமைப்புகளை உருவாக்கவில்லை என்பதுவும், அரசியல் ரீதியான போராட்டங்களில் ஈடுபடவில்லை என்பதுவும் இந்தப் புத்தகத்தில் அடிக்கடி சொல்லப்பட்டிருக்கின்றது. அதே நேரம் 83ல் இருந்த அதே புலிகளை அமைப்பாகவே 2008 வரை இருந்த புலிகள் அமைப்பைப் பார்ப்பது ஏற்புடையதல்ல. 90களிற்குப் பின்னர் புலிகளின் கட்டுப்பாட்டுப் பிரதேசங்களில் நிறைய அமைப்புகள் புலிகளால் உருவாக்கப்பட்டிருந்தன. எத்தனையோ

நூலகங்கள், படிப்பகங்கள், மாணவர் அறிவியல் கழகம் போன்ற அமைப்புகள், இது தவிர நிறைய வெளியீடுகள் என்று பல்வேறு தளங்களிலும் அதன் பின்னர் புலிகளின் செயற்பாடுகள் இருந்தன. *Building the Tamil Eelam State: Emerging State Institutions and Forms of Governance in LTTE-controlled Areas in Sri Lanka* என்கிற, *Kristian Stokke* எழுதிய ஆய்வறிக்கை இது பற்றிய முக்கியமான பதிவாகும். இந்தக் காலப்பகுதிகளில் புலிகளின் நிர்வாகத்தின் கீழ் காவல்துறை, நீதி மன்றம், அரசியல் துறை, வைப்புழி (வங்கி) என்று பல்வேறு நிர்வாக அலகுகளுடன் கூடிய நிகர் அரசாங்கமே நிகழ்ந்தது. இந்தப் புத்தகம் உள்ளடக்கும் காலப்பகுதியைத் தாண்டி இவற்றை நான் சுட்டிக் காட்டக் காரணம், புலிகள் போராட்டத்தை மக்கள் மயப்படுத்தவில்லை, அரசியலில் அக்கறை காட்டவில்லை என்று இந்தப் புத்தகத்தில் சுட்டிக் காட்டப்படுகின்ற போதும் அதன் பின்னர் தமது பூரண கட்டுப்பாட்டுப் பிரதேசங்களில் புலிகள் செய்த நிர்வாகம் பற்றி ஏதும் சொல்லப்படவில்லை என்பதே. புலிகளில் அரசியல் பிரிவினரைவிட ராணுவப் பிரிவினரே அதிகம் செல்வாக்குச் செலுத்தியவர்களாக இருந்தார்கள் என்பதையும் மறுப்பதற்கில்லை. அறிவுஜீவிகளுடன் புலிகள் இணைந்து செயற்பட விரும்பவில்லை, அவர்களின் கருத்துக்களை புலிகள் செவிமடுக்கவில்லை என்பதில் உண்மை இருப்பினும், நாட்டை விட்டு வெளியேறிய அனேக அறிவுஜீவிகள் புலிகள் மீதான தமது கசப்புணர்வினை தொடர்ந்து புலிகளை நிராகரிப்பதன் மூலமாகவே வெளிக்காட்டினர். மேற்கத்திய சட்டகங்களுக்குள் நின்று புலிகளை மதிப்பிடுவதும், அரச தரப்பு, புலிகள் தரப்பு வன்முறைகள் போன்றவற்றை ஒரே சட்டகத்தில் வைத்து மதிப்பிடுவதுமாகவே அவர்களின் செயற்பாடு அமைந்தது, அது போலவே புலிகள் தரப்பினை கடுமையாக விமர்சிக்கின்ற இவர்கள் ஒரு போதும் புலிகள் தரப்பு நியாயங்களை ஏற்றுக்கொள்ளத் தவறியதுடன், அரச தரப்பு தவறுகளில் சில சமயங்களில் கள்ள மௌனம் சாதித்ததுடன், பல சமயங்களில் அது எல்லாருக்கும் தெரிந்ததுதானே எனவே நாம் அது பற்றிக் கூறவேண்டியதில்லை என்றும் விலகிக் கொண்டனர். புலிகள் மீதான காழ்ப்புணர்வினால் ஒட்டு மொத்த போராட்டத்திற்கான நியாயங்களையும் நிராகரிப்பதும் எதிர்ப்பதும் முறையாகாது.

நான் அறிந்து இதுவரை ஈழப் போராட்டம் பற்றிய பதிவுகளாக புதியதோர் உலகம், முறிந்த பனை, அடேல் பாலசிங்கத்தின் சுதந்திர வேட்கை, புஷ்பராஜாவின் ஈழப் போராட்டத்தில் எனது சாட்சியம், செழியனின் வானத்தைப் பிளந்த கதை, எல்லாளனின் ஒரு மனிதனின் நாட்குறிப்பு, ஐயரின் ஈழப் போராட்டத்தின் எனது பதிவுகள் புத்தகங்களாக வெளிவந்திருக்கின்றன. இந்நூல்களை வாசிக்கின்றபோது, 90 களின் பின்னர் புலிகளின் பூரண கட்டுப்பாட்டுப் பகுதிகளிலும் பின்னர் சிலகாலம் ராணுவ ஆக்கிரமிப்பின் கீழும் வாழ்ந்த எனது பார்வையினைவிட வெவ்வேறு இயக்கங்களில் பங்கேற்றவர்கள், 90களின் முன்னர் புலிகளின் கட்டுப்பாட்டுப் பிரதேசங்களை விட்டு வெளியேறியோர், நான் ஈழத்தை விட்டு அல்லது புலிகளின் கட்டுப்பாட்டில் இருந்த பிரதேசத்தை விட்டு நீங்கிய பின்னர் அங்கே வசித்தவர்கள் போன்றோருக்கு இன்னொரு கோணமும் அனுபவமும் இருக்கவே செய்யும். இவற்றிற்கிடையே சில முரண்கள் இருந்தாலும் இவை அனைத்துமே ஈழப்போராட்டத்தில் அக்கறை கொண்டோர் வாசிக்கவேண்டிய புத்தகங்கள் என்றே சொல்வேன். இவர்களிலும் இவர்கள் சார்ந்து நின்ற இயக்கங்களிலும் விமர்சனங்கள் இருந்தாலும் தமிழரின் தேசிய விடுதலைப் போராட்டத்தில் இவர்கள் எல்லாருமே களமிறங்கிப் போராடியவர்கள். எனவே இவர்களின் அனுபவங்களும் இவர்கள் கூறும் வரலாறுகளும் முக்கியமானவை. இன்றைய சூழலில் ஈழம் மற்றும் தமிழ்த் தேசியம் தொடர்பான விவாதங்களில் ஈடுபடுவோர் ஈழவிடுதலை குறித்த வரலாற்று நூல்களையும், தன்வரலாற்று நூல்களையும், ஆய்வுகளையும் வாசிப்பதுடன் திறந்தமனதுடனான உரையாடலுக்குத் தயாராவதே ஆரோக்கியமானது.

உதவிய புத்தகங்கள்:

ஈழப்போராட்டத்தில் எனது பதிவுகள்: கணேசன், இனியொரு வெளியீடு
மாவீரர் உரைகள், நேர்காணல்கள் தோழமை பதிப்பகம்

Building the Tamil Eelam State: Emerging State Institutions and Forms of Governance in LTTE-controlled Areas in Sri Lanka

குறிப்பு: ஈழப் போராட்டத்தில் எனது பதிவுகள் புத்தகத்தில் 1970 தேர்தல் பற்றிக் குறிப்பிடும்போது நவ சமாஜக் கட்சி என்றே குறிப்பிடப்பட்டிருந்தது. ஆனால் உண்மையில் அன்று கூட்டணி வைத்திருந்தது லங்கா சமசமாஜக் கட்சி.

கீற்று.
பெப்ரவரி, 2012

நாம் தமிழர் கட்சி ஆவணம் தொடர்பாக சில கருத்துக்கள்

நாம் தமிழர் ஆவணத்தை ஒருவாறாக இன்று வாசிக்கக் கிட்டியது. ஆவணத்தில் திராவிடர்கள் யாரென்பது தொடர்பாகக் கூறப்பட்டிருக்கின்ற கருத்துக்களிலும், தமிழ்நாட்டில் நிலவுகின்ற முகாமையான முரண்பாடுகள் என்று பட்டியலிடப்பட்டுள்ள 10 முரண்பாடுகளில் முகமதியர்கள், கிறீஸ்தவர்கள் தொடர்பாக எச்சரிக்கையோடும், விழிப்போடும், அன்போடும் கையாளப்படவேண்டிய தரப்பினர் என்று குறிப்பிடப்பட்டிருப்பதிலும் துளியும் உடன்பாடு இல்லை. முகமதியர்கள், கிறீஸ்தவர்கள் தொடர்பான இந்தப் பார்வை வெறுப்பைத்தூண்டுவதும் கூட. (இந்த முரண்பாட்டுப் பட்டியலில் எனக்கு உடன்பாடில்லாத வேறு முரண்பாடுகளுன் இருந்தாலும், முக்கியத்துவம் கருதி இங்கே இதனைச் சுட்டிக்காட்டுகின்றேன்.)

★★★

அது போல சில இடங்களில் திராவிடத் தேசியம் எதிர் தமிழ்த் தேசியம் என்று குறிப்பிடப்படுகின்றது. திராவிடத்தினை தேசியமாக முன்னெடுக்காத பெரியாரின் தெளிவு இன்னமும் இவர்களுக்கு வரவில்லை என்பது ஏமாற்றமே.

★★★

நாம் தமிழர் கட்சியினர் சொல்வதுபோல ஆவணத்தில் எந்த இடத்திலும் நேரடியாக பெரியார் மீதான குற்றச்சாற்றுகளை முன்வைக்கவில்லை என்றபோதும் "திராவிடம் சொன்னது". "திராவிடம் சொன்னது" என்று அவர்கள் பட்டியலிடும்

குற்றச்சாற்றுகள் பல பெரியாரையே குறிவைக்கின்றன என்பதை இலகுவில் புரிந்துகொள்ளமுடிகின்றது. ஆனால் ஆவணத்தில் குறிப்பிடப்பட்டுள்ளது போன்று சிங்களத்தை திராவிட இனம் என்று சொல்லி ஈழப்பிரச்சனையில் திராவிட இயக்கத்தினர் எப்போது நிலைப்பாடெடுத்தார்கள் என்பது எனக்குத் தெரியவில்லை. எனது நினைவில் அவ்வாறு நடந்ததாக தெரியவில்லை. இதனைத் தெளிவுபடுத்தவேண்டியது நாம் தமிழர் கட்சியினர் அல்லது ஆதரவாளார்களின் பொறுப்பு.

★★★

பக்கம் 42ல் தமிழ்த்தேசிய வழிகாட்டிகள் என்று பட்டியலிடப்பட்டுள்ளவர்களின் பெயர்களில் இராச இராச சோழன், இராசேந்திர சோழன், பாரதிதாசன் போன்றோரின் பெயர்கள் குறிப்பிடப்பட்டிருக்கின்றன. இராச இராச சோழன், இராசேந்திர சோழன் பற்றி "எதுவும் குறிப்பிடவிரும்பவில்லை". அடுத்து ஆவணத்திலும், நாம் தமிழர் கட்சியினர் இணையத்திலும் முன்வைக்கின்ற சில தலைவர்களின் சுய சாதிப்பற்றுப் பற்றி நாம் தமிழர் கட்சியினர் எந்த விமர்சனமும் இல்லாமல் இருக்கின்றனரோ என்றே தோன்றுகின்றது.

★★★

அடுத்து திராவிடர் என்கிற பெரியாரின் கருத்துக்களுக்கும், பின்னாட்களில் திராவிடக் கட்சிகள் என்ற பெயரில் தமிழகத்தில் உருவான அரசியல் கட்சிகளிற்கும் இருக்கின்ற பாரிய வித்தியாசத்தப் புரிந்துகொள்ளவேண்டும். இந்த ஆவணம் முழுவதிலும் இரண்டுமே ஒன்றுடன் ஒன்று குழப்பியடிக்கப்பட்டே இருப்பது உள்நோக்கமுடையது என்றே கருதுகின்றேன்.

★★★

அடுத்து விடுதலைப் புலிகளின் தலைவர் பிரபாகரனது பெயரினை பெரும்பாகரன் என்று "தூயதமிழ்ப்படுத்தி" இருக்கின்றார்கள். இது போன்ற கோமாளித்தனங்களை உடனே நிறுத்தவேண்டும். (இவர்களின் தமிழ்ப்படுத்தலுக்கு இன்னமும் சில உதாரணங்கள் இராச ராசன் - அரசர்க்கரசன், இராசீவ் காந்தி - அரசீவ் காந்தி

★★★

ஒரு கட்சியின் முதன்மை ஆவணம் இத்தனை தவறுகளுடனும், தவிர்த்திருக்கவேண்டிய கருத்துக்களுடனும் வெளியாகி இருப்பது மிகுந்த ஏமாற்றத்தையளிக்கின்றது என்றே சொல்லவேண்டும். இந்த ஆவண ஆக்கக் குழுவில் இருந்தவர்கள் தம்மைநோக்கி முன்வைக்கப்பட்டிருக்கின்ற குற்றச்சாற்றுகளைக் கவனித்து, ஆராய்ந்து தேவையான திருத்தங்களை உடனடியாகச் செய்யவும், அவற்றை நடைமுறைப்படுத்தவும் முன்வரவேண்டும் என்பதே என் அவா. மேலும், பெரியார் தொடர்பாகத் தொடர்ச்சியாகக் குற்றச்சாற்றுகளை முன்வைக்கின்றபோது பெரியாரை ஒருமுறை முழுமையாகப் படித்துவிடுவது நலம். அண்மையில் கீற்று இணையத்தளத்திற்கு வழங்கிய நேர்காணலில் தொ.பரமசிவன் கூறிய “பெரியாரை யார் எதிர்க்கின்றார்கள் என்று பார்த்தால் பெரியாரின் வெற்றி புலப்படும்” என்ற கருத்து அத்தனை இலகுவாகத் தாண்டிச் செல்லக்கூடியதல்ல.

நாம் தமிழர் கட்சி ஆவணம் : ஈழத்தமிழர்கள் எதிர்கொள்ளப்போகும் ஆகப்பெரிய சவால்

2009ல் கொடூரமான முறையில் ஈழப் போராட்டம் ராணுவ ரீதியில் ஒரு முடிவுக்குக் கொண்டுவரப்பட்டதன் பின்னர் ஈழத் தமிழர்களின் உரிமைப்போராட்டம் தொடர்பான அக்கறை தமிழர்கள் மத்தியில் அதிகரித்துவருகின்றது. குறிப்பாக தமிழகத்தில் ஏற்பட்டு இருக்கின்ற தமிழ்த்தேசியம் தொடர்பான அக்கறையும், ஈழத்திலும் புலம்பெயர் நாடுகளிலும் தமிழ்த்தேசியம் தொடர்பான முன்னெடுப்புகளும், அது தொடர்பான அறிவுசார் வட்டங்களில் இருந்து (எதிர்பார்த்த அளவு இல்லாவிட்டாலும் கூட) ஆரோக்கியமான முன்னெடுப்பகளையும் காணக்கூடியதாக இருக்கின்றது. ஈழப்போராட்டம் தொடர்பான கடந்தகால அனுபவங்களில் இருந்து சுயவிமர்சனங்களுடன் அடுத்த கட்டம் தொடர்பாக ஆரோக்கியமாக அணுகுகின்ற போக்கும், புலிகள் மீதான விமர்சனங்கள், அதிருப்திகள் கொண்டிருந்தோரும் ஈழப்போராட்டம், தமிழ்த்தேசியம் தொடர்பாக மீண்டும் பங்கேற்க ஆரம்பித்துவருவதையும் காணக்கூடியதாக இருக்கின்றது. தமிழகத்தைப் பொறுத்தவரையும் அங்கே ஈழப்போராட்டம் ஏற்படுத்திய தாக்கமும், தொடர்ச்சியாக இந்திய மைய அரசால் பாரபட்சம் காட்டப்பட்டுவருகின்றோம் என்கின்ற உணர்வும், கூடங்குளம், முல்லைப் பெரியார் ஆறு போன்ற பொதுப்பிரச்சனைகளில் மத்திய அரசின் நிலைப்பாடும் மக்கள் மத்தியில் தமிழ்த்தேசிய உணர்வைக் கூர்மைப்படுத்தியுள்ளது என்றே சொல்லவேண்டும். இந்த உணர்வலைகளைத் தனக்குச் சாதகமாக அரசியல் ரீதியில் பயன்படுத்திக்கொள்ளவேண்டும் என்கிற சுயநலத்துடன் அரசியல் கட்சிகள் காய் நகர்த்துவதையும்

தாயகக் கனவுகள் 57

அவதானிக்கக் கூடியதாக இருக்கின்றது. அண்மைக்காலத்தில் இதற்கான ஆகச்சிறந்த உதாரணமாகக் கருணாநிதி டெசோ. தமிழீழம் என்று மீண்டும் பேச ஆரம்பித்திருப்பதைக் குறிப்பிடலாம்.

ஈழத்தமிழர்களின் நீண்ட கால விடுதலைப் போராட்டத்திற்கும், அந்தப் போராட்டம் மக்கள் மத்தியில் ஏற்படுத்தியிருக்கும் உணர்வலைகளிற்கும் தாம் மாத்திரமே உரித்தானவர்கள் என்று உரிமை கோரி இந்தப் போராட்டம் ஏற்படுத்தியிருக்கும் ஒட்டுமொத்த அரசியல் அனுகூலங்களையும், ஈழத்தமிழர் போராட்டத்தினை அடுத்த கட்டம் நோக்கி முன்னெடுப்பவர்கள் தாம் மாத்திரமே என்று அடையாளப்படுத்தி அதனூடாக புலம்பெயர் தமிழர்கள், ஆதரவாளர்களிடம் இருந்த கிட்டக்கூடிய எல்லாவிதமான ஆதரவையும் கொண்டு தம்மை ஒரு பலமான அரசியல் கட்சியாகக் கட்டியெழுப்ப வேண்டும் என்ற குறுகிய நோக்கும், முழுச் சுயநலமும் கொண்டதாகவே நாம் தமிழர் கட்சியின் ஆவணம், நாம் தமிழர் கட்சியை அடையாளம் காட்டி இருக்கின்றது.

எந்த விதமான நுணுக்கமான அரசியல் பார்வைகளுக்கும் தேவையில்லாமல் நாம் தமிழர் கட்சியின் நோக்கம் இந்த ஆவணத்தில் அப்பட்டமாகத் தெரிகின்றது. பழம் பெருமைகள் (இவற்றிற்கான எந்தவிதமான ஆதாரங்களும் இன்றுவரை நாம் தமிழர் கட்சியினரால் காட்டப்படவில்லை), புரட்டுகள், திரித்தல்கள், பெரியார் பற்றிய அபாண்டமான குற்றச்சாற்றுகள் (இவற்றுள் அனேக குற்றச்சாற்றுகள் ஏற்கனவே ஆதாரங்களுடம் மறுக்கப்பட்டுவிட்டவை, அத்துடன் பெரியாரின் பெயரை எந்த இடத்திலும் குறிப்பிடாமலேயே இந்தக் குற்றச்சாற்றுகள் ஆவணத்தில் குறிப்பிடப்படுகின்றன) என்று தொடங்குகின்ற ஆவணம் பிரிவு 6ல் தமிழரின் வீழ்ச்சிக்குரிய துல்லியமான காரணம் என்கிற பிரிவை கீழ்வருமாறு நிறைவு செய்கின்றது,

"தமிழீழப் போராட்டத்திற்கு எதிராக தமிழரின் இன எதிரியான இந்தியா, தனது எதிரிகளான சீனா, பாக்கித்தான் ஆகிய நாடுகளின் துணையோடு கூட, அமெரிக்கா பிரிட்டன் போன்ற முதலாளிய நாடுகளையும், கியுபா, வெனிசுலா போன்ற நிகராண்மை நாடுகளையும் உள்ளடக்கிய அனைத்து உலக நாடுகளையும் ஒத்துழைப்பிற்கு அழைத்துக்கொண்டு, தமிழர்கள் மீது

தாக்குதல் நடத்தியபோது, தமிழர்களின் ஒத்துழைப்பில்லாத இரண்டகத்தால் பேரழிவைச் சந்திக்க நேர்ந்தது; தமிழீழ விடுதலைப் போராட்டம் தன் இலக்கு நோக்கிய தொடர்ச்சியை இழந்து தவிக்கின்றது. தகுதியான எந்த உதவியும், எங்கிருந்தும் இல்லாத வெறுமை நிலவுகின்றது."

இதன் தொடர்ச்சியாக ஆவணத்தில் பிரிவு 7 'அ' வில் நாம் தமிழர் பற்றிய அறிமுகம் பின்வருமாறு கூறப்படுகின்றது,

"இந்த வெறுமையை உடைத்தெறிந்து, தமிழர், உலக அரங்கில் மானத்தோடு வாழும் நிலையை உருவாக்கிட, விடுதலை வேட்கையும், வீரமும், மானமும், ஈகமும், ஒப்புடைப்புணர்வும், உண்மையும், நேர்மையும், ஒழுக்கமும், ஒற்றுமைப்பண்பும், தன் விளம்பரத் தவிர்ப்பும், தன்னுறுதியும், இனவிடுதலைப் பற்றும், இனவிடுதலைப் குறிக்கோளில் உறுதியும், உடல் வன்மையும், உளத் திண்மையும், பொறுமையும், போர்மையும், அறிவார்ந்த சிந்தனையும், தகவார்ந்த செயல்திறனும் கொண்ட தமிழர்களால் முன்னெடுக்கப்பட்டிருக்கின்ற தன்னிகரில்லாப் பேரியக்கமே "நாம் தமிழர் கட்சி". அது தமிழர்க்காகத் தமிழர்களால் நடத்தப்படும் தமிழர்களின் கட்சி."

அதாவது, தமிழீழ விடுதலைப் போராட்டத்தில் ஏற்பட்டிருக்கின்ற வெறுமையை உடைத்தெறியப் போவது நாம் தமிழர் கட்சி என்கின்றது ஆவணம். இதனுடன் தொடர்புபடுத்தி சில மாதங்களிற்கு முன்னர் நாம் தமிழர் கட்சி தாம் புலிகளின் அரசியல் பிரிவாகச் செயற்படுவோம் என்ற பொருள்பட அறிவித்திருந்ததையும் கவனிக்கவேண்டும். புலிகள் அமைப்பின் நீட்சியாகத் தம்மை அடையாளப்படுத்துவன் மூலம் தமிழகத்தில் புலிகளிற்கு ஏற்பட்டிருக்கின்ற ஆதரவினை தமது ஓட்டரசியல் என்கின்ற சுயநலத்திற்குப் பாவிப்பது என்பது நாம் தமிழரின் நோக்கம் என்பது தெளிவாகவே தெரிகின்றது. முதலில் ஈழத்தமிழர்களின் விடுதலைப் போராட்டத்திற்கு தமிழகத்தவர்கள் ஆதரவாளர்களாகவும், ஆக்கபூர்வமாக செயற்படுபவர்களாகவும் இருப்பது ஈழத்தமிழர்களின் பலத்தை அதிகரிக்கும் என்கின்ற அதேவேளை, ஈழப் போராட்டத்தினை கொண்டு நடத்துபவர்களாகவும் அதற்கான முடிவெடுப்பவர்களாகவும் ஒருபோதும் தமிழகத்து அரசியற் கட்சிகளோ அல்லது அரசியற் தலைவர்களோ இருக்கமுடியாது. அவ்விதம் அமைவது

தாயகக் கனவுகள் 59

ஈழப்போராட்டத்தினை வலிமையிழக்கச் செய்வதுடன் இன்னமும் பின்னடைவையே ஏற்படுத்தும். நான்காம் கட்ட ஈழப்போரில் தமிழகத்திலும், புலம்பெயர் நாடுகளிலும் சீமான் பேசிய உணர்வூட்டும் பேச்சுக்கள் ஈழத்தமிழர்களிடையேயும், ஈழத் தமிழர் ஆதரவாளர்களிடையேயும் அவருக்குப் பெரும் ஆதரவை வழங்கியது உண்மை. அத்துடன் புலிகளை ஆதரித்துப் பேசினார் என்பதற்கான இந்திய அரசால் கைது செய்யப்பட்டு சிறை சென்று வந்ததும், கனடா, அமெரிக்காவில் இருந்து திருப்பியனுப்பப்பட்டதும் அவருக்கான ஆதரவை அதிகரித்ததும் உண்மை. தவிர தான் வன்னி சென்று திரும்பிய சந்தர்ப்பங்களில் அங்கு நடந்தவை பற்றி தொடர்ச்சியாக மேடைகளில் பேசி தனக்கும் புலிகளுக்கு நெருக்கமாக தொடர்பு இருந்தது என்பதை தொடர்ச்சியாக மக்களுக்கு நினைவூட்டிக்கொண்டே சீமானும் இருந்தார். ஆனால் ஈழத் தமிழர்களிற்காக தான் சிறை சென்று திரும்பியவன் என்பதையும், தனது உணர்வூட்டும் பேச்சுக்களையும் வைத்து தமிழீழ விடுதலைப் போராட்டத்தில் ஏற்பட்டிருக்கும் வெறுமையை உடைத்தெறிய வந்தவர்கள் நாம் தமிழர் கட்சியனர் என்றும், புலிகளின் அரசியற் பிரிவினராகத் தாம் செயற்படுவோம் என்றும் நாம் தமிழர் கட்சி கூறுவதும், அதை ஈழத்தமிழர்கள் (யாராவது) நம்புவதும் பெரும் பின்னடைவையே ஏற்படுத்தும். ஈழத்தமிழர் போராட்டம் தொடர்பான சீமானின் பாத்திரம் ஒரு உணர்வூட்டும் பேச்சாளார் என்பதில் இருந்து ஒரு அரசியல் தலைவராக விரிவடைவதில் இருக்கக் கூடிய ஆபத்துக்களைத் தொடர்ந்து பார்ப்போம்.

முதலில் இந்த ஆவணத்தில் பிரிவு 16. உறுப்பினர் தகுதியில் பின்வருமாறு கூறப்படுகின்றது,

"அவர்கள் (உறுப்பினர்கள் கட்டுரை ஆசிரியர்) தமிழ் நாட்டிலோ அல்லது பிற மாநிலங்களிலோ வாழ்பவர்களாக இருக்கலாம். வெளிநாட்டில் வாழ்பவர்களாக இருப்பின் இந்திய ஒன்றியத்தின் குடியுரிமை பெற்றவராக இருத்தல் வேண்டும்"

அதாவது நாம் தமிழர் கட்சியின் உறுப்பினர்கள் இந்தியக் குடியுரிமை பெற்றவர்களாக இருத்தல்வேண்டும். இதன்படி ஈழத்தமிழர்கள் நாம் தமிழர் கட்சியில் உறுப்பினராக முடியாது.

அப்படி இருக்கின்றபோது, இந்தியத் தமிழர்களால், அவர்களையே உறுப்பினர்களாகக் கொண்டு இயங்குகின்ற ஒரு கட்சி தம்மை ஈழப்போராட்டத்தினை கொண்டு நடத்துபவர்கள் போன்ற ஒரு தோற்றத்தினை உருவாக்குவது மிக மோசமான ஏமாற்றுத்தனம். மேலும், புலம்பெயர் நாடுகளிலும் நாம் தமிழர் தமது கிளைகளை அமைத்து இருக்கின்றனர். அவற்றின் உறுப்பினர்களாகவும், நிர்வாகப் பொறுப்புகளிலும் ஈழத்தமிழர்களே மிகப் பெரும்பான்மையாக இருக்கின்றனர். நாம் தமிழர் கட்சிக்கான தமது பங்களிப்பை ஆற்றியும் வருகின்றனர். இப்போது நாம் தமிழர் ஆவணத்தின் அடிப்படையில் ஈழத்தமிழர்கள் எவருமே அதில் உறுப்பினராக முடியாது என்பதை நாம் தமிழர் கட்சியினர் தமது வெளிநாட்டுக் கிளைகளுக்கு அறிவிக்கவேண்டும். அத்துடன் சட்ட ரீதியாகப் பதிவுசெய்து இயங்குகின்ற ஒரு அரசியல் கட்சி என்ற வகையில் நாம் தமிழர் கட்சியினர் தமது வெளிநாட்டுக்கிளைகளின் நிர்வாகிகளின் பெயர்களையும், தொடர்புகொள்வதற்கான வழிகளையும் தமது இணையத் தளத்திலேயே தெரியப்படுத்தவேண்டும். தனது ஆவணத்தின்படி தனது கட்சியில் உறுப்பினராகமுடியாதவர்களை தனது கட்சி உறுப்பினர்கள் என்ற பெயரில் சேர்த்துவைத்துக்கொண்டு இருப்பது அந்த உறுப்பினர்களை அரசியல் ரீதியாகச் செயலிழந்தவர்களாக மாற்றும் செயலே அன்றி வேறொன்றில்லை.

இந்த ஆவணத்தில் முக்கியமாகக் கவனம் செலுத்தவேண்டிய விடயம் பிற இனத்தவர்கள் மீதும், “நாம் தமிழர்” என்ற பிரிவுக்குள் உள்ளடக்கப்படமாட்டாதவர்கள் மீதும் ஆவணம் காட்டும் மோசமான வெறுப்புணர்வு. இது இனங்களிடையிலான ஒற்றுமையை முற்றாக ஒழித்துக்கட்டி நாம் தமிழர் செயற்படும் இடங்களையெல்லாம் கலவர பூமியாக மாற்றக்கூடியது. உதாரணத்துக்கு ஆவணத்தில் 3வது முரண்பாடாக “தமிழியத்திற்கும் முகமதியத்திற்கும், தமிழியத்திற்கும் கிறித்தவத்திற்கும் இடையிலான முரண்பாடு” என்று குறிப்பிடப்படுகின்றது. ஈழத்தமிழரின் போராட்டத்திற்கான வெற்றிடத்தினை உடைக்க வந்திருப்பதாக சொல்லுகின்ற இந்த நாம் தமிழர் கட்சி இப்படியான நிலைப்பாடுகள் மூலம் செய்யப்போவதெல்லாம் ஈழத்தமிழர் போராட்டத்திற்கான எல்லா தார்மீக நியாயங்களையும் குழி தோன்றிப்புதைப்பதைத்தான் என்றே தோன்றுகின்றது. விடுதலைப் புலிகள் செய்த மிகப் பெரிய

தவறுகளில் ஒன்று முஸ்லீம்களை வெளியேற்றியது. இன்றுவரை புலிகள் மீது வைக்கப்படும் மிகப்பெரிய குற்றச்சாற்றுகளில் ஒன்றாக இது இருக்கின்றது. பின்னாட்களில் புலிகள் அதற்காக பகிரங்கமாக மன்னிப்புக் கேட்டும் இருக்கின்றார்கள். சமாதான கால கட்டத்தில் தமிழீழத் தேசியத் தலைவர் வே. பிரபாகரனுக்கும், முஸ்லீம் தேசியத் தலைவர் ரவூப் ஹக்கீமிற்கும் இடையில் ஒரு ஒப்பந்தமும் கைச்சாத்தாகி இருக்கின்றது. ஒப்பந்தத்தின் பிரகாரம் முஸ்லீம்கள் ஒரு தனித்தேசிய இனமென்கின்ற நிலைப்பாட்டுக்குப் புலிகளும் வந்திருந்தார்கள் அல்லது முஸ்லீம்களும் ஒரு தனித் தேசிய இனமென்பதைப் புலிகளும் ஏற்றுக்கொண்டிருந்தார்கள். இன்றைய நிலையில் இலங்கைப் பிரச்சனைக்கான தீர்வு என்று சிந்திப்பவர்களும் முஸ்லீம்களை இலங்கையைப் பொறுத்தவரை ஒரு தனித் தேசிய இனமாகவே கருதி தீர்வுகள் நோக்கி சிந்திக்கவேண்டும். இலங்கையைப் பொறுத்தவரை முஸ்லீம்கள் மொழிவழித் தமிழர்களாக இருந்தாலும் தம்மை ஒரு தனித்த இனத்தவர்களாகவே அடையாளப்படுத்தி வருகின்றார்கள். (தமிழகத்து தமிழர்களின் நிலைப்பாடு இதில் இருந்து வேறுபட்டது. அவர்கள் தம்மை தமிழர்களாகவே தொடர்ந்து அடையாளப்படுத்தி வருகின்றார்கள்). அண்மைக்காலமாக இலங்கையைப் பொறுத்தவரை சிங்கள பௌத்த தேசியவாதம் அங்கு வாழுகின்ற சிறுபான்மை இனங்கள் மீது தன் ஒடுக்குமுறைகளை மேலும் தீவிரமாக்கி வருவதோடு சம நேரத்தில் இனங்களுக்கிடையிலான ஒற்றுமையை குலைக்கும் நோக்குடனும் செயற்பட்டு வருகின்றதை அவதானிக்கக் கூடியதாக இருக்கின்றது. இந்த நேரத்தில் அங்கு வாழுகின்ற சிறுபான்மை இனங்கள் தத்தம் உரிமைகளுக்காகப் போராடுவதுடன், தமக்கிடையே இருக்கின்ற கசப்புணர்வுகள், முரண்பாடுகளைக் களைந்து ஒருவருக்கொருவர் ஆதரவுடனும், நம்பகத்தன்மையுடனும் நடந்துகொண்டால் மாத்திரமே சிங்கள பௌத்தப் பேரினவாத அரசுக்கு அழுத்தம் தரவும், தமது உரிமைகளை தக்கவைக்கவும் முடியும். அண்மைக்காலத்தில் அறிவுசார் வட்டங்களில் இருந்து இதற்கான முன்னெடுப்புகளும் ஓரளவு நடைபெற்றே வருகின்றன. ஆனால் நாம் தமிழரின் ஆவணமோ இந்த ஒட்டுமொத்த முயற்சிகளையும் தவிடுபொடி ஆக்குவதுடன் இனங்களிற்கிடையே இருக்கின்ற பிளவை இன்னமும் ஆழவும், அகலவும் படுத்தவே முயல்கின்றனர்.

நாம் தமிழர் கட்சி கருதுகின்ற மேற்படி முரண்பாடு பற்றி அவர்கள் ஆவணம் தொடர்ந்து பின்வருமாறு விளக்கமளிக்கின்றது,

“3ம் முரண்பாடுகளாக முகமதியமும், கிறித்தவமும் தமிழ்த் தேசியத்தை ஒவ்வொரு காலத்தில் ஆளுமை செலுத்தியவை. சட்டப் பாதுகாப்பும், சொத்துடமை வலுவும், பன்னாட்டுப் பின்புலமும் கொண்டு, மதவழித் தனி இனக்கட்டுமானம் கொண்டவை; முகமதியத் தமிழரும், கிறித்தவத் தமிழரும், தங்களுடைய முதன்மை அடையாளம், தமிழ்த் தேசிய அடையாளமே என்றுணர்ந்து வருவராயின், நட்பு முரண் வகையிலும், அல்வழிப் பகைமுரண் வகையிலும் இடம்பெறுவர்; இவர்கள் எச்சரிக்கையோடும் விழிப்போடும் அன்போடும் கையாளவேண்டிய தரப்பினர்.”

இங்கே முக்கியமான இன்னொருவிடயம் கிறித்தவர்கள் தொடர்பான நாம் தமிழர் கட்சியின் பார்வை. ஈழத்தைப் பொறுத்தவரை கிறித்தவர்கள் தம்மை மொழி சார்ந்தே அடையாளப்படுத்திகொள்ளுகின்றார்களே தவிர தம்மை ஒரு தனித்து அடையாளப்படுத்திகொண்டதே கிடையாது. தவிர ஈழத்தில் புலிகள் அமைப்பினருக்கும் கிறித்தவ மதகுருமார்களுக்கும் தொடர்ச்சியாகப் பேணப்பட்ட நல்லுறவு அனைவரும் அறிந்ததே. சமாதான கால கட்டத்தில் பிரபாகரன் தொடர்பாக தொடர்ச்சியான பல்வேறு வதந்திகளைப் பரப்பிவந்த இலங்கை அரசு பிரபாகரன் கிறித்தவராக மதம் மாறினார் என்றும் சிலகாலம் சுவரொட்டிகள் ஒட்டிப்பார்த்தது. இது பற்றியெல்லாம் எந்தப் புரிதலும் இன்றி எழுந்தமானத்துக்கு இது போன்ற பிரிவினைக்கு வழிகோலும் கருத்துக்களைத் தெரிவித்துக் கொண்டே தம்மை புலிகளின் அரசியல் தொடர்ச்சி என்றும், தமிழீழ விடுதலைப் போரட்டத்தில் ஏற்பட்டிருக்கின்ற வெற்றிடத்தை உடைத்தெறிய வந்தவர்கள் என்றும் அலங்கார வார்த்தைகளை அள்ளி இறைக்கும் நாம் தமிழர் கட்சி ஆவணம் உடைக்கப்போவது தமிழீழ விடுதலைப் போராட்டத்தில் ஏற்பட்டிருக்கின்ற வெற்றிடத்தையல்ல, மாறாக தமிழீழ விடுதலை பற்றி எமக்கிருக்கின்ற நம்பிக்கையையே.

இந்த ஆவணம் அள்ளி இறைக்கும் வெறுப்பை விதைக்கும் வார்த்தைகள் இத்தோடு முடியவில்லை. பிற்சேர்க்கை அ ஆவணம்சார்ந்த முன்மாதிரி முழக்கங்களில் ”மறக்க மாட்டோம்,

மறக்க மாட்டோம் மலையாளிகளை மறக்க மாட்டோம்" என்று ஒரு முழக்கம் வருகின்றது. இந்த முழக்கம் ஈழப்பிரச்சனை தொடர்பானதாகவே அமைகின்றதையும் அறியமுடிகின்றது. ஈழப்போராட்டத்தில் இந்திய அரசிலும், ஐநா உள்ளிட்ட அமைப்புகளிலும் பங்கேற்று போரின் இறுதிக்கணம் வரை இலங்கை அரசுக்கு எந்த அழுத்தமும் வரவிடாது காபந்து பண்ணி ஒரு இனப்படுகொலையை நடத்தி முடிக்க உதவிய அமைச்சர்களிலும், அதிகாரிகளிலும் சிலர் மலையாளிகளாக இருந்தார்கள். ஆனால் அதைக் காரணம் காட்டி ஒரு இனத்தின் மீதே வெறுப்பைக் கக்கும் ஒரு கோசத்தை ஒரு கட்சி தன் அதிகார பூர்வ முழக்கமான தன் கட்சி ஆவணத்திலேயே வெளியிடுவது எத்தனை மோசமானது. தமிழர்கள் மீது வெறுப்பைத் தூண்டும் பிரசாரங்களையும், அறிக்கைகளையும் வெளியிடும் சிங்களப் பேரினவாதிகளையும், சிவசேனா போன்ற அமைப்புகளையுந்தான் இந்த அறிக்கை நினைவூட்டுகின்றது. ஈழத்தில் இருந்த நாட்களில் புலிகளால் ராணுவ முகாங்கள் அழிக்கப்பட்டபோதும் இழந்த பிரதேசங்கள் மீட்கப்பட்டபோதும் ஒரு வெற்றிபெற்ற உணர்வு இருந்ததேயன்றி எந்தத் தனிப்பட்ட அரசியல் தலைவர்களின் மரணத்தையும் நாம் அங்கு கொண்டாடி வந்ததில்லை. பூநகரித் தாக்குதலின் பின்னர் புலிகளால் வெளியிடப்பட்ட "சிறீமா ஆச்சி பெத்த மகள் சந்திரிக்காவே.." என்ற பாடலை ஒலிபரப்புவதற்குக்கூட சில நாட்களின் பின்னர் புலிகள் தடைவிதித்திருந்தனர். இந்தப் பாரம்பரியத்தில் வந்த எமக்கு ஒரு இனத்தையே ஒட்டுமொத்தமாக விரோத மனப்பாங்குடன் சித்திகரிப்பது மிகவும் கேவலமான ஒரு செயலாகவேபடுகின்றது. இன்னொரு முழக்கம் சொல்கின்றது "கணக்குத் தீர்ப்போம், கணக்குத் தீர்ப்போம். அமைதிப்படை கணக்குத் தீர்ப்போம்" என்று. இந்தக் கோசத்தைப் பார்க்கின்றபோது எனக்கு, இந்திய இறையாண்மைக்குட்பட்டு இயங்கப்போகின்ற நாம் தமிழர் கட்சி எவ்விதம் அமைதிப்படைக்குக் கணக்குத் தீர்க்கப்போகின்றது? என்ற கேள்வி எழுகின்றது. ஈழப் போர் உக்கிரம் பெற்றிருந்தபோது பலமுறை மேடைகளில் "நானே ஈழம் சென்று போராடுவேன்" என்று வீர முழக்கம் செய்த சீமானின் இன்னுமொரு முழக்கம்போலவே இந்த நாம் தமிழர் கட்சியின் முழக்கமும் அமைகின்றது. இது போன்ற வெறும் முழக்கங்களிற்கும் தமிழக மீனவர்கள் இலங்கைக் கடற்படையால் கொல்லப்படுவதைக் கண்டித்து விஜய் மக்கள் இயக்கம் நாகர்கோவிலில் நடத்திய

கண்டனக் கூட்டத்தில் நடிகர் விஜய் செய்த "நாம் புலிப்பால் குடித்த பரம்பரை. நாம் அடிச்சா தாங்க மாட்ட, நாலு மாசம் தூங்கமாட்ட" என்கிற "முழக்கத்திற்கும்" அதிகம் வேறுபாடில்லை.

தவிர, "உலகின் முதன்மொழி தமிழ்; உலகின் முதலினம் தமிழர். முதன் மொழியாம் நம் தமிழின் அகவை 50,000 ஆண்டுகளுக்கு மேற்பட்டது" என்று பாவாணரைத் துணைக்கிழுத்துக் கொண்டு தொடங்குகின்ற ஆவணம் அதன் 54ம் பக்கத்தில்

"முன்னம் பிரிந்து திரிந்தவன் மனுநெறியன்
பின்னம் பிரிந்து திரிந்தவன் திராவிடன்
அய்ரோப்பியன், அமெரிக்கன் மேலை மனுநெறியன்
அய்யனென்னும் பொய்யன் கீழை மனுநெறியன்
தெலுங்கன் மலையாளி தென்புலத் திராவிடன்
மராட்டியன் பஞ்சாபி வடபுலத் திராவிடன்
சிங்களவன், சியாமியன் கீழைத் திராவிடன்"

என்று விரிகின்றது. இங்கே சிங்களவரை "கீழைத் திராவிடன்" என்று அறிவித்துக்கொள்ளும் நாம் தமிழர் அறிக்கை பெரியாரைக் குறிவைத்து, "ஈழத்தந்தை செல்வா உதவிகேட்டபோது சிங்களத் திராவிடத்திடம் பணிந்துபோகுமாறு திராவிடம் அறிவுரை கூறியது" என்கிற அவதூறை முன்வைக்கின்றது. உண்மையில் 72ல் நடந்த அந்த சந்திப்பில் பெரியார் "ஒரு அடிமை இன்னொரு அடிமைக்கு உதவமுடியாது. நீங்கள் அங்கு சென்று போராடுங்கள்" என்றே கூறி இருந்தார். அதனை பெரியார் சிங்களவர்களுக்குப் பணிந்து போகுமாறு தமிழர்களைப் பார்த்துக் கூறியதாகக் கூறுவது மிகுந்த உள்நோக்கம்கொண்டது. தவிர ஆவணம் தொடர்ந்து கூறுகின்றது,

"வாக்கு அரசியல் திராவிடமோ தில்லிக் கும்பல் போட்ட தாளத்திற்கு ஏற்றவாறு, முன்பகுதியில் தமிழீழ விடுதலைப் போராட்டத்தை ஆதரித்துப் பின்பகுதில் இந்தியம், சிங்களத்தோடு சேர்ந்து குழிதோண்டியது. இந்தியத் தேசியக் கட்சிகள் அனைத்தும், மனுவிய வெறியோடு (வெவ்வேறு அளவுகளில்) தமிழீழ விடுதலையை முற்றாக எதிர்த்து நின்றன, நிற்கின்றன.

பகுதிவாதத் தமிழ்க்கட்சிகள் திராவிடக் கட்சிகளின் காலடிகளில் விழுந்து, அவற்றோடு இணைந்து ஈழத்திற்கு இரண்டகம் செய்தன...”

இங்கே வாக்கு அரசியல் கட்சிகள் பற்றி இத்தனை தெளிவாகப் பேசுகின்ற நாம் தமிழர் கட்சியின் தலைமை ஒருங்கிணைப்பாளர் சீமான்தான் வாக்கு அரசியல் கட்சியொன்றின் தலைவியான ஜெயலலிதாவை ஈழத்தாய் என்று போற்றினார், இலை மலர்ந்தால் ஈழம் மலரும் என்றார். காங்கிரசை தோற்கடிக்கவேண்டும் என்பதுதான் அன்று அவரது நோக்கமாக இருந்தது என்றால் ஈழத்தாய் என்றும், இலை மலைர்ந்தால் ஈழம் மலரும் என்றும் புகழ்ந்திருக்கவேண்டிய எந்த அவசியமும் இல்லை. தவிர ஜெயலலிதா பற்றிய சீமானின் மென்போக்கு பலரும் பல சந்தர்ப்பங்களில் அவர் மீது வைத்த குற்றச்சாற்றே. சென்ற மார்ச் மாதத்தில் கனடாவில் ரொரன்றோ நகரில் கூடங்குளம் தொடர்பாக ஒரு கவனயீர்ப்புப் போராட்டத்தினை நடத்தியிருந்தோம். அதில் கலந்துகொள்வதற்கான அழைப்பு நாம் தமிழர் கட்சியைச் சார்ந்தவர்களுக்கும் விடுக்கப்பட்டிருந்தபோதும் அவர்களின் நிலைப்பாடு இவ்வாறான ஒரு போராட்டத்தினை நடத்துவது ஜெயலலிதாவை எதிர்ப்பது போன்றதாகும், ஜெயலலிதா இப்போது ஈழத்தமிழர்கள் தொடர்பாக அக்கறைகொண்டவராகவே இருக்கின்றார் என்கிற ரீதியிலேயே அமைந்திருந்தது. ஆவணத்தில் 57ம் பக்கத்தில் தமிழர் அழிப்புக்கூறுகளான கூடங்குளம், கல்பாக்கம் ஆகிய அணுமின் நிலையங்களை இழுத்து மூடத் தொடர்ந்து போராடுவதை கட்சியின் செயற்பாட்டுக் கொள்கையாக அறிவித்திருக்கின்ற இவர்கள் கூடங்குளம் போராட்டத்தின்போது தமது தொண்டர்களை முழுமையாகக் களமிறக்கிப் போராடினார்களா என்ற கேள்வியே எஞ்சி நிற்கின்றது. எப்படி ஈழத்தமிழர்களின் போராட்டத்தினை திமுக, அதிமுக உள்ளிட்ட கட்சிகள் அரசியல் லாபங்களிற்காக பாவித்தார்களோ அதைவிடப் பன்மடங்கு லாபநோக்கம் கருதியதாகவே சீமானின் நோக்கம் இருக்கின்றது

அடிப்படை முரண்பாடுகள் என்பதில் 8வது முரண்பாடாக ஆணாளுமை பெண்ணடிமை முரண்பாடென்று பட்டியலிட்டும், செயற்பாட்டுக் கொள்கைகளில் 12வது கொள்கையாக “மகளிருக்குச் சமபங்கு கொடுப்பது கொடையன்று, அதை அடைவது அவர்கள் பிறப்புரிமை, அதற்காகப் பாடுபடுவோம்” என்றும்

அறிவித்துக்கொள்ளுகின்ற இந்த ஆவணத்தில் ஏறத்தாழ எல்லா இடங்களிலும் ஆண்பால் விகுதிகளே பாவிக்கப்பட்டிருக்கின்றதை அவதானிக்கவேண்டும். தவிர முரண்பாடுகள் என்று பட்டியலில் தமிழ்த் தேசிய முதலாளிகளுக்கும் பிற தேசிய முதலாளிகளுக்குமான பிரச்சனையை எல்லாம் கடந்து சாதியம் பட்டியலில் 7வதாக வருவதோடு அதை ஒரு மேற்கட்டுமானப் பிரச்சனை என்றே ஆவணம் தெரிவிக்கின்றது. இப்படியான முரண்கள், திரித்தல்கள், புரட்டுக்களே இந்த ஆவணத்தை நிறைத்து நிற்கின்றன.

தமிழீழ விடுதலைப் போராட்டத்தில் ஏற்பட்டிருக்கின்ற வெற்றிடத்தை நிரப்ப வந்திருப்பவர்களாகவும், புலிகளில் அரசியல் தொடர்ச்சியாகவும் தம்மைக் காட்டிக்கொள்ளுகின்ற நாம் தமிழரின் உண்மையான, பாசிச, இனவாதத்தைத் தூண்டுகின்ற முகத்தை இந்த ஆவணம் அம்பலப்படுத்தி நிற்கின்றது. இப்படிப்பட்ட மோசமான, இனவாதத்தைத் தூண்டுகின்ற ஓர் அறிக்கையை வெளியிட்டு தமிழீழ விடுதலைப் புலிகளின் அடையாளங்களான புலிச் சின்னத்தையும், சிவப்பு மற்றும் மஞ்சள் நிறத்தையும், புலிகளின் மாவீரர் நாள் பாடலான மொழியாகி எங்கள் மூச்சாகி.. பாடலைத் தமது உறுதிமொழியாகவும், புலிகளின் தலைவர் பிரபாகரனின் படத்தையும், பெயரையும் தொடர்ந்து தமது மேடைகளிலும், ஆவணங்களிலும் உபயோகிப்பது தமிழரின் விடுதலைப் போராட்டத்தின் எல்லாத் தார்மீக நியாயங்களையும் குழிதோண்டிப் புதைப்பதாகவே அமையும். இந்த ஆவணத்தின்படி நாம் தமிழர் கட்சி தொடர்ந்து இயங்கினாலோ அல்லது வெறுமே பெயருக்கு ஆவணத்தைத் திருத்திவிட்டு இதே மனப்பாங்குடன் தொடர்ந்து செயற்பட்டாலோ ஈழத்தமிழரின் விடுதலைப் போராட்டத்தில் அக்கறை கொண்டிருப்பவர்கள் எதிர்கொள்ளக்கூடிய ஆகப்பெரிய சவாலாக நாம் தமிழர் கட்சியும் அதன் செயற்பாடுகளுமே இருக்கும் என்பதில் ஐயமேதுமில்லை.

★★★

பிற்குறிப்பு

2012ம் ஆண்டு மேமாதம் அளவில் நாம் தமிழர் கட்சியினர் தமது கட்சியின் அறிக்கையை வெளியிட்டனர். இவ் ஆவணத்தில் இருக்கின்ற கருத்தியல் ரீதியிலான முரண்கள் தொடர்பான விமர்சனங்கள் இணையத்தளங்களில் குறிப்பாக சமூக வலைத்தளங்களில் நடைபெறுகின்றன.

அந்நேரத்தில் நாம் தமிழர் கட்சியின் தலைவர் / அமைப்பாளர் சீமான் மற்றும் அவர் அரசியல் குறித்த பல்வேறு விமர்சனங்கள் எனக்கு இருந்தாலும், அவர் தொடர்பான மென்மையான போக்கென்பது என்னுடன் இருந்தே வந்தது. அந்த அடிப்படையில் நாம் தமிழர் கட்சியின் மேற்குறிப்பிட்ட அந்த ஆவணத்தைப் பெறும் முயற்சியில் ஈடுபட்டேன். அனுப்பி வைப்பதாக கூறினார்களே அன்றி ஒருபோதும் அனுப்பி வைக்கவில்லை. அதன்பின்னர் அதனை வேறு சில நண்பர்கள் ஊடாக பெற்றுக்கொண்டு மிக மிக அபத்தமான, ஆபத்தான அந்த ஆவணத்தைப் படிக்க நேர்ந்தது. அதன் பயனாக எழுதிய கட்டுரை இது.

இக்கட்டுரை கீற்று இணையத்தளத்திலெ வெளியானது. நாம் தமிழர் கட்சி தொடர்பான ஈழத்தமிழன் ஒருவனின் பார்வையாக இக்கட்டுரை இடம்பெற்றது. பிற்பாடு "எங்கே போகிறது நாம் தமிழர் கட்சி?" என்கிற ஆழி பதிப்பகம் ஊடாக வெளியான புத்தகத்திலும் இக்கட்டுரை இடம்பெற்றிருந்தது.

கீற்று.
ஜூன், 2012

புஷ்பராணியின் "அகாலம்"

ஈழத்தில் மயிலிட்டி என்கிற சிறிய கிராமத்தில் 1950 ல் பிறந்த புஷ்பராணி ஈழவிடுதலைப் போராட்டம் ஆயுதப் போராட்டமாக உருவெடுத்தபோது அதில் பங்கெடுத்த முதல் தலைமுறையைச் சேர்ந்தவர். தமிழ் இளைஞர் பேரவையிலும், தமிழீழ விடுதலை இயக்கத்திலும் அதன் ஆரம்ப காலம் தொட்டு பங்கெடுத்தவர். ஈழப்போராட்டம் ஆயுதப் போராட்டமாக மாறியபோது சிறை சென்ற முதல் பெண்போராளியும் ஆவார். அந்த வகையில் புஷ்பராணி எழுதிய அகாலம் மிகவும் முக்கியமானது.

குறிப்பாக ஒரு பெண் சைக்கிள் ஓடுவதே அதிசயமாகப் பார்க்கப்பட்ட ஒரு காலத்தில், பெண்கள் வேலைக்குச் செல்வதோ, மேற்படிப்புக்குச் செல்வதோ கூட அரிதாகவே நிகழ்ந்த 70களின் தொடக்கத்தில் அரசியலில் முழுமையாக அர்ப்பணிப்புடன் ஈடுபடுகின்றார் புஷ்பராணி. அதனை அவர் பதிவுசெய்கின்றபோது அது பல்வேறு விடயங்களுக்கான பதிவாக மாறுகின்றது.

- விடுதலைப் போராட்டம் ஒன்றில் ஈடுபடும் போராளி ஒருவர் எதிர்கொள்ளும் சிக்கல்களும், அவர் பெண்ணாக மேலதிகமாக எதிர்கொள்ளும் சிக்கல்களும்

- அவ்வாறு போராட்டத்தில் ஈடுபவும் ஒருவரின் குடும்பம் எதிர்கொள்ளும் சிக்கல்கள்

- தாழ்த்தப்பட்ட சமூகத்தில் இருந்து பொதுவாழ்விற்கு வருகின்ற பெண் ஒருவர் எதிர்கொள்ளுகின்ற சிக்கல்கள்

➢ ஒடுக்கப்பட்ட ஓர் இனத்தின் போராட்டம் வெகுஜன மயமாக்கப்படலும், அகிம்சை ரீதியான போராட்டம் ஆயுதப் போராட்டமாக நகர்தலும் நிகழுகின்ற ஒரு கால கட்டத்தின் பதிவு

குறிப்பாக விடுதலைப் போராட்டம் என்பதையே அனேகம் சாகசவாதமாகவும், ராணுவ வெற்றிகளுமாகவே பார்க்கப்பட்ட எமக்கு, மிகுந்த எளிமையாக, மிகைப்படுத்தல்கள் இன்றி "உள்ளத்தில் இலட்சியம் இருந்தாலும் கண்களில் நீரும் இருக்கத்தானே செய்கின்றது" என்று பதிவுசெய்யும் புஷ்பராணி மதிப்புக்குரியவராகவும், அவரது அகாலம் ஈழப்போராட்டம் பற்றிய ஆர்வம் உள்ளவர்கள் கட்டாயம் வாசிக்கவேண்டிய நூல் என்று பரிந்துரைக்கப்பட வேண்டியதாகவும் அமைகின்றன.

1969ல் லண்டனில் இருந்து வெளியாகிக் கொண்டிருந்த லண்டன் முரசு இதழுக்கு ஆக்கங்களை அனுப்புகின்றார் புஷ்பராணி. அவர் நேரடியாகக் குறிப்பிடாவிட்டாலும், அவ்விதம் அவர் அனுப்பிய கவிதைகள் அரசியல் பேசியவையாக இருக்கவேண்டும் ஏனென்றால் அவற்றைப் படித்துவிட்டு "விமானத்தைக் கடத்திய பாலஸ்தீனப் போராளி லைலாவின் வீரத்தை உங்களிடம் காணுகின்றேன். நீங்கள் எம்முடன் இணைந்து செயலாற்ற வேண்டும்" என்று தமிழ் மாணவர் பேரவைத் தலைவராக இருந்த சத்தியசீலன் கடிதம் எழுதுகின்றார். தமது வேலைத்திட்டத்துடன் இணைந்து செயலாற்றக்கூடியவர்களை மிக ஆரம்பத்திலேயே இனங்கண்டு தம்முடன் இணைத்து தம்மை வலுப்படுத்தும் தலைமைத்துவப் பண்பு சத்தியசீலனிடம் மிளிர்ந்ததையும் இது காட்டுகின்றது. 1973ல் கீரிமலையில் புத்த விகாரை கட்டுவதைக் கண்டித்து தமிழ்ப்பகுதிகளில் சிங்களக் குடியேற்றங்களைச் செய்வதே சிறீமாவோ அரசின் நோக்கம் என்று கட்டுரை எழுதுகின்றார் புஷ்பராணி. புஷ்பராணியின் குடும்பமே தமிழரசுக் கட்சி ஆதரவாளராக இருந்திருக்கவேண்டும். அவரது வீட்டுக் கூரையில் கட்சிக் கொடி இருந்ததையும், தேர்தல் நேரத்தில் கட்சியின் அமைப்பாளர்கள் அவர் தந்தையைப் பார்க்க வந்து போய்க்கொண்டிருந்த்தையும் பதிவுசெய்திருக்கின்றார். எனவே சிறுவயதில் இருந்து புஷ்பராணியும் கட்சிக் கூட்டங்களில் பங்கேற்கின்றார். 1972ல் தமிழ்க் கட்சிகள் ஒன்றிணைந்து தமிழர்

கூட்டணியாக இயங்குகின்றனர். அவர்கள் யாழ் நீதிமன்றம் முன்னால் ஒருங்கிணைத்த உண்ணாவிரதம் ஒன்றில் புஷ்பராணிய் கலந்துகொள்ளுகின்றார். இவ்விதமாக புஷ்பராணியில் அரசியல் பிரவேசம் மெல்ல மெல்ல நிகழுகின்றது.

இந்த இடத்தில் தமிழ் இளைஞர் பேரவை ஆரம்பிக்கப்பட்ட சூழல் பற்றி பின்வருமாறு பதிவுசெய்கின்றார் புஷ்பராணி.

"தமிழ் மக்களின் விடுதலைக்காகப் போராடுவதாகச் சொன்ன தமிழர் கூட்டணியின் நாடாளுமன்ற அரசியலில் தமிழ் இளைஞர்கள் நாளுக்கு நாள் அதிருப்தி அடைந்து கொண்டிருந்தார்கள். தமிழ்ப் பிரதேசங்களில் ஓரளவு செல்வாக்குப் பெற்றிருந்த இடதுசாரிகளோ தமிழர்களுடைய தேசிய இனப் பிரச்சனை குறித்துப் பேசவே மறுத்தார்கள். தமிழர்கள் தனித்துவமான ஒரு தேசிய இனம் என்பதைக் கூட அவர்கள் ஏற்க மறுத்தார்கள்..."

இதே விடயத்தையே கணேசன் ஐயர் அவர்களும் "ஈழப்போராட்டத்தில் எனது பதிவுகள்" நூலில் சுட்டிக் காட்டியிருந்தார். இதுவே அரசியல் பிரக்ஞை உடைய அன்றைய தலைமுறை இளைஞர்களின் கருத்தாக இருந்திருக்கவேண்டும். இதற்கான மாற்றாக இளைஞர்கள் "தமிழ் இளைஞர் பேரவை" ஆக மாறிச் செயற்படுகின்றபோது அதே தமிழர் கூட்டணியினர் அவர்களை தமது கட்டுப்பாட்டின் கீழ், தமது நிகழ்ச்சிநிரலின் கீழ் கொண்டுவர முனைகின்றனர். கிட்டத்தட்ட தமிழர் கூட்டணியின் இளைஞர் அமைப்பே தமிழ் இளைஞர் பேரவை என்கிற தோற்றத்தை உருவாக்க முனைகின்றனர் கூட்டணியினர். தமிழ் இளைஞர் பேரவையின் உடைவிற்கும் இவ்விதத்தில் கூட்டணியினரே காரணமாகின்றனர். பிற்பாடு இளைஞர் பேரவையில் இருந்து புஷ்பராணி உள்ளிட்ட முக்கியமான செயற்பாட்டாளர்கள் விலகிய பின்னர், "களைகள் நீக்கப்பட்டு விட்டன" என்று மங்கையர்க்கரசியும், தமிழர் கூட்டணியுடன் இளைஞர் பேரவையை இணைப்பது குறித்துப் பேசிய காசி. ஆனந்தன் "தமிழ் இளைஞர் பேரவையிலிருந்து சிலர் மீது ஒழுங்கு நடவடிக்கை எடுக்கப்பட்டு அவர்கள் வெளியேற்றப்பட்டனர்" என்றும் அறிக்கை வெளியிடுகின்றனர். அரசியலில் தீவிர ஈடுபாடும், அர்ப்பணிப்பும் முற்போக்கு உணர்வும் கொண்ட

இளைஞர்கள் பொது வாழ்விற்கு வரும்போது அவர்களை ஆதரித்து, வழிகாட்டி, அவர்களை சுயாதீனமாக இயங்க வைக்கவேண்டிய மூத்த தலைமுறையினரான கூட்டணியினர் செய்த மோசமான செயலாகவே இதனைப் பார்க்க முடிகின்றது.

அதுபோல போராளிகள் கைதுசெய்யப்படும்போதும், சித்திரவதை செய்யப்படும்போதும் கூட வர்க்கமும், சாதியும், பாலினமும் எவ்விதம் நுட்பமாகத் தாக்கம் விளைவித்தன என்றும் புஷ்பராணி கூறுகின்றார். "நாங்கள் அடையப்போகும் தமிழீழத்தில் சாதி வேற்றுமைகள் இருக்கக்கூடாது என்று விரும்பினோமே தவிர, சாதி தமிழீழத்தில் இருக்கக் கூடாது என்று முழங்கினோமே தவிர, சாதியின் தோற்றம், அதனது வரலாற்றுப் பாத்திரம், இந்து மதத்திற்கும் அதற்குமுள்ள தொடர்பு குறித்தெல்லாம் நாங்கள் எந்தத் தெளிவுமற்றே இருந்தோம். அமையப் போகும் தமிழீழத்தில் இறுக்கமாகச் சட்டங்களைப் போட்டு சாதியை ஒழித்துவிடலாம் என்ற அளவில்தான் எமது அரசியல் புரிதல் இருந்தது" என்கிறார் புஷ்பராணி. சாதி ஒழிப்புத் தொடர்பான அக்கறையுள்ளாவர்கள் கவனிக்க வேண்டிய புள்ளி இது. குறிப்பாக, இறுக்கமாகச் சட்டங்களைப் போடுவதன் மூலம் மாத்திரமே சாதியை ஒழித்துவிடலாம் என்ற நம்பிக்கையும் தற்காலத்தில் சந்தேகத்துக்குரியதாகவே இருக்கின்றது!

ஈழத்தின் அரசியல் கள நிலைமைகள் ஒரு முழுமையான வட்டத்தின் பின்னர் கிட்டத்தட்ட அன்றைய (1970கள்) நிலைக்குத் திரும்பி இருக்கின்ற இன்றைய காலத்தில் இவற்றை நாம் கற்றுக்கொண்ட பாடங்களாக உணர்ந்து அவதானமாக இருக்கவேண்டும். புதிதாக அரசியல் / பொதுவாழ்வுக்கு வருபவர்களை தமது நிகழ்ச்சி நிரலின் கீழ் கொண்டுவருவதற்கான மலிவு வேலைகளில் ஈடுபடுவதும், அவர்கள் மீது தமது அடையாளங்களை சுமத்துவதும் இவை இரண்டும் இல்லாது போகின்ற போது அவர்கள் மீது "துரோகி" அடையாளங்களையோ அல்லது வேறேதும் அமைப்புகளின் நிகழ்ச்சிநிரல்களின் கீழ் இயங்குவதாக முத்திரை குத்துவதும் இன்றுவரை நடந்துகொண்டே தான் இருக்கின்றது. இதே முறையில் அன்றைய ஆயுதப் போராட்டத்தினை ஆரம்பகாலங்களில் தமது சுய லாபங்களுக்காகப் பயன்படுத்தியும், தமக்கான அரசியல் பேரம் பேசவும் உபயோகித்த கூட்டணியினர் பிற்காலங்களில் ஆயுதப்

போராட்டம் முழுமையான ராணுவவாதமாக மாறியதற்கும் முக்கிய பங்காளிகளாகின்றனர்.

ஆனால், ஆச்சர்யமூட்டக் கூடிய வகையில் இந்நூலின் இறுதி அத்தியாயங்களில் புஷ்பராணி ஓரளவுக்கு அன்றைய தமிழ்க் கூட்டணி சார்ந்தவர்களுக்கு ஆதரவான / அல்லது நியாயம் கற்பிக்கின்றது போன்ற தோற்றம் ஏற்படுகின்றது. குறிப்பாக அகாலம் என்கிற 30வது அத்தியாயத்தில் கூட்டணித் தலைவர்கள் மீது வைக்கப்படுகின்ற எல்லா விமர்சனங்களையும் பிற்பாடு ஆயுத இயக்கங்களின் தலைவர்களுடனும், அவற்றின் செல்நெறியுடனும் ஒப்பிட்டு கூட்டணித்தலைவர்களுக்கு நியாயம் கற்பிப்பதாகவே தோன்றுகின்றது. இன்றுவரை முற்போக்குத் தமிழ்தேசியவாதம் ஒன்றினை முன்னெடுப்பதற்கான எல்லாத் தடைகளையும் அன்றைய கூட்டணித் தலைவர்களின் பாணியிலான உணர்ச்சி அரசியலை முன்னெடுப்பவர்களே செய்கின்றார்கள் என்பதையும் இங்கே சுட்டிக்காட்டவேண்டியிருக்கின்றது. ஆயினும், பின்னாளைய ஆயுத இயக்கங்கள் சென்றடைந்த மோசமான பாதையும் அவற்றின் விளைவுகளும் போரின் இறுதியில் நிகழ்ந்த மானுட அவலங்களும் ஏற்படுத்திய விரக்தியே கூட்டணித் தலைவர்களைக் கடுமையாக விமர்சித்த புஷ்பராணி போன்றவர்களைக் கூட அவர்களே பரவாயில்லை என்னும் நிலைக்குக் கொண்டு சென்றிருக்கலாம் என்று நியாயம் கற்பித்தாலும் கூட அரசியல் ரீதியில் அது சரியான நிலைப்பாடு அல்ல என்றே கருதுகின்றேன்.

அதுபோலவே வரதராஜப் பெருமாள் பற்றிய புஷ்பராணியின் மதிப்பீடும் ஆச்சரியம் ஊட்டுகின்றது. வரதராஜப் பெருமாள் குறித்த நேர்மறையான கருத்துகளைக் கூறும் புஷ்பராணி, “வட-கிழக்கு மாகாண முதலமைச்சராகப் பொறுப்பேற்றதன் பின்னர் அவர் எதிர்கொண்ட ஆபத்துகளும் துன்பங்களும் ஏராளம். இந்திய இராணுவம் இலங்கையில் இருந்து வெளியேறியதன் பின்பாக நீண்ட அஞ்ஞாத வாசத்தையும் வரதன் சந்திக்க நேரிட்டது” என்று குறிப்பிடுகின்றார். உண்மையில் ஆரம்பகால ஈபிஆர் எல் எஃப் போராளிகளுடன் பேசுகின்றபோதும், அவர்கள் பற்றி வாசிக்கின்ற போதும் எமக்கு எழும் கேள்வியே, ஒரு காலத்தில் இத்தனை உயரிய வேலைத்திட்டங்களை வைத்திருந்த ஈபிஆர்எல்எஃப் இனர் எவ்வாறு இந்திய ராணுவ காலத்தில் இத்தனை கொடூரங்களையும்

நிறைவேற்றினர் என்பதே. இவற்றுடன் நேரடியாகச் சேர்த்தே வரதராஜப் பெருமாளின் முதலமைச்சர் பதவிக் காலமும் பார்க்கவேண்டியதாகின்றது. வரதராஜப் பெருமாள் மீது எந்த விமர்சனமும் இன்றிக் கடந்துசெல்லும் புஷ்பராணி, வட-கிழக்கு மாகாண முதலமைச்சராகப் பொறுப்பேற்றதன் பின்னர் அவர் எதிர்கொண்ட ஆபத்துகளும் துன்பங்களும் ஏராளம் என்று கூறுவதும் “இன்றைக்கிருக்கும் தமிழ்த் தலைவர்களில் மிகச் சிறந்த வரலாற்று அறிவும் தெளிவான அரசியல் பார்வையும் கொண்டவராக நான் வரதராஜப் பெருமாளையே சொல்வேன். எனினும் வரதராஜப் பெருமாளின் பாத்திரம் ஒரு சிந்தனையாளருக்கு உரியது மட்டுமே. இன்றைய அரசியல் நெளிவு சுழிவுகளில் நீச்சலடித்து ஒரு முன்னணி அரசியல்வாதியாக விளங்க அவரது இயல்பு அவரை அனுமதிக்கப்போவதில்லை” என்று நற்சாட்சிப் பத்திரம் வழங்குவதும மிகுந்த ஏமாற்றம் அளிப்பதாக அமைகின்றது.

அதுபோல வெலிகடை சிறையில் இருந்த புஷ்பராஜாவைப் பார்க்க செல்லும்போது சிறையின் மாடியில் இருந்து இன்பம், கலாபதி, கிருபாகரன் ஆகியோர் “அக்கா உங்களை வதைத்தவர்களை நாங்கள் பழி வாங்குவோம்” என்று கூறியதைக் குறிப்பிடுகின்றார். பின்னர் புஷ்பராணி சிறையில் இருந்த காலங்களில் பல்வேறு சித்திரவதைகளைச் செய்த அனேகமான காவல்துறையினர் புலிகளாலும் ரெலோ இயக்கத்தாலும் கொல்லப்படுகின்றனர். இந்தக் கொலைகளைப் பற்றி புஷ்பராணி குறிப்பிடும் தொனிக்கும் பிற்பாடு புலிகள் செய்த ஏனைய அரசியற் கொலைகளைப் பற்றிக் கண்டித்துக் குறிப்பிடுவதற்கும் தொனியில் பெரியதோர் வேறுபாடு இருக்கின்றது. அன்றைய காலப்பகுதிகளில் வாழ்ந்த பெரும்பாலானோரின் மனநிலை கூட அனேகம் மேற்குறித்த காவல்துறையினரின் கொலைகளை ஆதரிப்பதாகவே அமைந்திருக்கவேண்டும். இது போலவே அரசியல் தலைவர்களின் கொலைகள் பற்றிக் கூறும்போதும் ஆரம்ப காலங்களில் கூட்டணித் தலைவர்களை புலிகளும் டெலோவினரும் கொன்றதைக் கூறுபவர், பின்னாட்களில் இதர தமிழ் ஆயுதக் குழுக்கள் செய்த அரசியற் கொலைகளுக்கு விலக்கம் அளித்துவிடுகின்றார்.

இந்த இடத்தில் ஈழத்து அரசியல் குறித்து வெவ்வேறு தலைமுறையினருடன் உரையாடல்களை நிகழ்த்துவதில் இருக்கின்ற சிக்கல் ஒன்றைச் சுட்டிக்காட்ட விரும்புகின்றேன். எமக்கு முந்தைய தலைமுறையினரில் இருக்கின்ற அனேகம் பேரிடம் உரையாடுகின்றபோது ஈபிஆர்எல்எஃப் இயக்கம் உயரிய மதிப்பீடுகளுடன் அவர்கள் பார்வையில் இருப்பதை அவதானித்திருக்கின்றேன். எமது இளவயதில் ஈபிஆர் எல் எஃப் இயக்கத்தின் வீழ்ச்சியை பார்த்து வளர்ந்தோம். புலிகளின் எழுச்சிக் காலம் அது. புலிகளுடன் ஒப்புநோக்க வேறு இயக்கங்களும் கூட அன்றிருக்கவில்லை. அதே நேரம் இன்றைய மாணவர்கள், குறிப்பாக ஈழத்தில் இருப்பவர்கள் எமக்கு அடுத்த தலைமுறையினர். புலிகள் மக்களை விட்டு விலகி, ராணுவமாக வளர்ச்சி பெற்ற காலத்தினை / ஒரு விடுதலை இயக்கமாக புலிகள் மக்களிடம் இருந்து அந்நியப்பட்ட காலத்தைப் பார்த்து வளர்ந்தவர்கள். அந்த வேறுபாடு அவர்கள் பார்வையிலும் தாக்கம் செலுத்தவே செய்யும். ஆயினும் அரசியல் வரலாற்றுப் பிரக்ஞையுடன் செயற்படும் ஆரோக்கியமான சில இளைஞர்களை என்னால் இனங்காணக் கூடியதாக உள்ளது. இந்தத் தலைமுறைனர் அவர்களை நோக்கி வரும் மூத்த தலைமுறையினரிடம் விழிப்பாகவும், தெளிவாகவும் இருக்கவேண்டும். அவர்களுக்கான பாடங்களை புஷ்பராணி போன்றவர்களின் பதிவுகளில் இருந்து அவர்கள் பெற்றுக்கொள்ள முடியும்.

ஜூலை, 2015

சாம்பல் பறவைகள் குறுநாவலை முன்வைத்து

ஒப்பீட்டளவில் குறைவாகவே படைப்பிலக்கியங்கள் வெளியாகும் கல்முனையில் இருந்து, எஸ். அரசரெத்தினம் எழுதிய சாம்பல் பறவைகள் என்ற குறுநாவலை வாசிக்கமுடிந்தது. இக்குறுநாவல் 2009ல் ஈழப்போரில் தொடர்ச்சியாக அகப்பட்டு, கடுமையான இழப்புகளைச் சந்தித்த ஒரு குடும்பத்தைப் பற்றியும், அதன் கதாபாத்திரங்கள் ஊடாக எம்முடனான உரையாடல்களையும், விமர்சனங்களையும் மேற்கொள்ளுவதால் முக்கியமான ஒன்றாக அமைகின்றது.

வன்னியைச் சேர்ந்த பவானிக்கும் வவுனியாவைச் சேர்ந்த ஆனந்தனுக்கும் அவர்கள் வவுனியாவில் ஆசிரியர்களாகப் பணியாற்றிக்கொண்டு இருக்கின்றபோது காதல் உருவாகின்றது. பெரும் செல்வந்தரான ஆனந்தனின் தந்தை தனது எதிர்ப்பைத் தெரிவிப்பதோடு, அவ்விதம் இத்திருமணம் நடந்தால் தன் சொத்தில் பங்கு கிடைக்காது என்றும் ஆனந்தனை மிரட்டுகின்றார். பாடசாலையில் கண்டிப்பான ஆசிரியன் என்று பெயர் பெற்ற ஆனந்தன் தந்தையின் பேச்சை மீற முடியாதவன், "வயசான காலத்தில தந்தை தாய் பேச்சை மதிக்கவேண்டும், அவர்கள் மனசு மாறும் அதுவரை பொறுத்திருப்பம்" என்று பவானியிடம் கூறுகின்றான். இந்தப் பிரிவினால், மாற்றம் வேண்டி பவானி தன் சொந்த ஊரான உருத்திரபுரத்துக்கே சென்று விடுகின்றாள். அங்கே குடும்பத்துடனும், புதிய பள்ளிக்கூடத்துடனும் அவள் மெல்ல மெல்ல நெருங்கிப் பழகும் வேளை ஈழப்போரின் இறுதிகட்டமானது ஆரம்பிக்கின்றது. தொடர்ச்சியான இழப்புகளோடு பவானி தன் குடும்பத்தினருடன் உருத்திரபுரம்

> புளியம்பொக்கனை > இருட்டுமடு > புது மாத்தளன் > பழைய மாத்தளன் > வலைஞர் மடம் என்று சாளை வரை துரத்தப்படுகின்றார். இந்தப் பயணத்தினூடாக போரின் நிகழ்வுகளையும் மக்கள் அனுபவித்த துயரங்களையும் பதிவு செய்கின்றார் அரசரெத்தினம்.

ஈழப்போரின் இறுதிக்கட்டங்களில் ஊடகங்கள் செய்த அறம் பிறழ்ந்த செயல்களையும், குளறுபடிளையும் எவரும் அத்தனை சுலபமாக மறந்திருக்கமாட்டார்கள். அரசு தரப்பு ஊடகங்களும் அரசியல் கட்சிகள் சார்ந்த ஊடகங்களும் தாம் சார்ந்திருப்பவர்களின் பிரசாரங்களை மேற்கொண்டனவென்றால், ஈழத்தமிழர்கள் அனேகம் பின் தொடர்ந்த ஊடகங்களும் கூட எப்படியான செய்திகள் தமக்கு விருப்பமானவையோ அதனையே கள நிலைமைகளாக தொடர்ந்து அறிவித்துக்கொண்டிருந்தன. இந்த குறுநாவலில் வெவ்வேறு இடங்களில் இலங்கை வானொலி,

“பாதுகாப்புப் படையினர் கிளிநொச்சிப் பகுதியில் தொடர்ந்து முன்னேற்றம். பொதுமக்கள் குடியிருப்புகள் மீது எல்.ரீ.ரீ பயங்கரவாதிகள் எறிகணை வீச்சு. நூற்றுக் கணக்கானோர் பலி. பெருந்தொகையானோர் காயம்” *(பக்கம் 36)* என்றும்

BBC தமிழோசை,

“இலங்கையில் முல்லைத்தீவு மாவட்டத்தில் அரச படைகளுக்கும் புலிகளுக்கிடையில் நடைபெற்றுவரும் சண்டையில் அப்பாவிப் பொதுமக்கள் பலர் குண்டுவீச்சில் கொல்லப்பட்டுள்ளனர். தமிழ் மக்கள் மீது கண்மூடித்தனமாக நடத்தப்படும் இக்குண்டு வீச்சுகளை உடனடியாக நிறுத்த வேண்டுமென அரசிடம் தமிழீழ விடுதலைப் புலிகள் கோரிக்கை விடுத்துள்ளனர். அரசு இக்குண்டுவீச்சுகளை மறுத்துள்ளது” *(பக்கம் 47)* என்றும்

அரச துண்டுப்பிரசுரம் ஒன்று

“தமிழ் மக்களுக்கு அரசாங்கம் விடுக்கும் அன்பான வேண்டுகோள். பயங்கரவாதிகளின் பிடியிலிருந்து விடுபட்டு உடனடியாகப் பாதுகாப்புப் படையினரிடம் சரணடையுங்கள். உங்களுக்கு எல்லா வசதிகளும் செய்து தரப்படும். அதற்கான யுத்த சூனியப்

பிரதேசமும் அரசாங்கத்தால் பிரகனடனப்படுத்தப்பட்டுள்ளது. அவையாவன..."(பக்கம் 50) என்றும்

சன் செய்திகள்,

"இலங்கையில் சண்டையை நிறுத்தக்கோரி உடனடியாக தமிழ்நாட்டு அனைத்துக்கட்சி சட்டசபை உறுப்பினர்களும் முதலமைச்சரிடம் தங்கள் பதவி விலகல் கடிதங்களைக் கையளிக்க முடிவு. மத்திய அரசை சந்தித்துப் பேச மாநில அரசின் அமைச்சர் உடனடியாக டில்லி பயணம்" பக்கம் 56) என்றும்,

ஆகாசவாணி செய்திகள்,

"தமிழக முதலமைச்சரின் விசேட செய்தியுடன் தமிழ்நாட்டு அமைச்சர் இன்று பிரதமரைச் சந்தித்துப் பேச்சுவார்த்தை நடாத்தினார். இதன் பயனாக தமிழ் நாட்டிலிருந்து மூன்றுபேர் மத்திய அமைச்சர்களாக சத்தியப்பிரமாணம் செய்ய உள்ளனர். முதலமைச்சரின் செய்தியில் பிரதமருக்கும் புதிய அமைச்சரவைக்கும் பாராட்டுத் தெரிவிக்கப்பட்டுள்ளது" (பக்கம் 61) என்றும்

சன் செய்திகள்,

இந்திய அரசின் பிரதிநிதிகள் இலங்கை சென்றுள்ளனர். இதில் மத்திய அமைச்சர்களுடன் தமிழக அமைச்சர்களும் அடங்குகின்றனர். இவர்கள் அந்நாட்டு அரச அதிபருடன் பேச்சுவார்த்தை நடத்தி உடனடியாக யுத்த நிறுத்தத்திற்கும் அகதிகள் புனர்வாழ்விற்கும் ஏற்பாடு செய்துள்ளனர். அகதிகளை 180 நாட்களுக்குள் சொந்த இடங்களில் குடியமர்த்தவும், முகாமில் உள்ளவர்கள் வெளியில் சென்று உறவினர்களைச் சந்திக்கவும் வசதிகளைச் செய்து கொடுப்பதற்கு அந்நாட்டு அதிபர் ஒப்புதல் வழங்கியுள்ளார் (பக்கம் 76) என்றும்

கூறியதாகப் பதிவாக்கப்பட்டுள்ளது. இதே செய்திகள் அச்சொட்டாக ஒலிபரப்பாகப்படாது இருக்கலாம். ஆயினும் இதை ஒத்த அல்லது இதை விட மோசமாகத்தான் அன்று ஊடகங்கள் நடந்துகொண்டன. குறிப்பாக சன் செய்திகள், ஆகாசவாணி செய்திகள் அப்போது தமிழகத்தில் ஆட்சியில்

இருந்த திமுக வினர் ஈழப்போரின் இறுதிக்கட்டங்களில் நடந்தவிதம் பற்றிப் பிரதிபலிக்கின்றன.

பவானியின் தந்தை முருகேசர் உருத்திரபுரத்தில் தன் வீட்டில் இருந்து வெளியேறும்போது கருணாநிதியின் "பாயும்புலி பண்டாரவன்னியன்" புத்தகத்தில் இருந்து பிரதிபண்ணப்பட்ட கவிதையொன்றை தனது சட்டைப்பையில் எடுத்துச் செல்லுகின்றார். பல்வேறு இடங்களில் இப்பிரதியை முருகேசரும், அவர் மகன் குமாரும் வாசிக்கின்றனர். கவிதைகளின் சிலவரிகளை அப்போது இடம்பெற்ற கட்டாய ஆட்சேர்ப்பு, மற்றும் புலிகள் பற்றிய விமர்சனங்களாகவும் கருதப்படவும் இடமுண்டு. அதேநேரம் ஈழத்தமிழர்கள் அனேகம் பேர் கருணாநிதி மீது கொண்டிருந்த நம்பிக்கையையும் இது சுட்டிக் காட்டுகின்றது. தம்மை எப்படியேனும் இந்தியா (இந்தியா என்று குறிப்பிட்டாலும் பெரிதும் தமிழகக் அரசியல் மீதான நம்பிக்கையையே) காப்பாற்றும் என்றே அவர்கள் நம்பிக்கொண்டிருந்தனர். முருகேசர் இறந்த பின்னரும் குமார் அந்த நம்பிக்கையைச் சுமந்துகொண்டிருக்கின்றான். பிறந்த சிறு குழந்தையை இழந்தபின்னரும் கூட அக்காகிதத்தை தன் சட்டைப்பைக்குள் தேடுகின்றான் குமார். அது தொலைந்துபோய் இருந்தது. ஆயினும் அந்தக் கவிதை வரிகளை முணுமுணுக்கின்றான் குமார்.

போர் நடந்த இடத்திற்கு வெளியே வவுனியாவில் மணியத்தாரும் அவரது நண்பர் அருளம்பலத்தாருக்கும் இடையிலான உரையாடல்கள் ஊடாக போருக்கு வெளியே வாழ்ந்தவர்கள் (குறிப்பாக மேல் நடுத்தரவர்க்க மனநிலை) போரினை எவ்விதம் பார்த்தார்கள் என்பது காட்டப்படுகின்றது. நிஜத்தை எதிர்கொள்ளாது தொடர்ச்சியாக பழைய அரசியல் நிகழ்வுகளைப் பற்றியும், இந்தியா விடாது என்ற நம்பிக்கையையும் மட்டுமே கொண்டு பேச்சு பேச்சு ஓயாத பேச்சு என்று வாழ்ந்திருந்த ஒரு கூட்டம் மக்கள் இவர்கள் ஊடாகக் காட்டப்படுகின்றனர். இனப்படுகொலை ஒன்று நிறைவேற்றப்பட்டு மக்கள் கூட்டம் கூட்டமாகக் கொன்று தொலைக்கப்பட்ட பின்னரும்

"இந்திய அரசின் பிரதிநிதிகள் இலங்கை சென்றுள்ளனர். இதில் மத்திய அமைச்சர்களுடன் தமிழக அமைச்சர்களும் அடங்குகின்றனர்.

இவர்கள் அந்நாட்டு அரச அதிபருடன் பேச்சுவார்த்தை நடத்தி உடனடியாக யுத்த நிறுத்தத்திற்கும் அகதிகள் புனர்வாழ்விற்கும் ஏற்பாடு செய்துள்ளனர். அகதிகளை 180 நாட்களுக்குள் சொந்த இடங்களில் குடியமர்த்தவும், முகாமில் உள்ளவர்கள் வெளியில் சென்று உறவினர்களைச் சந்திக்கவும் வசதிகளைச் செய்து கொடுப்பதற்கு அந்நாட்டு அதிபர் ஒப்புதல் வழங்கியுள்ளார் (பக்கம் 76) என்கிற செய்தியக் கேட்டுவிட்டு

"நான் முன்னமே சொன்னதுதானே அருளம்பலம், இவங்கட விருப்பத்துக்கு ஒண்டும் செய்ய ஏலாதெண்டு... அதற்கு இந்தியா விடாது..."

என்கிறார் மணியத்தார். மணியத்தார் உயர் சாதிய, மேல்தட்டு மனோபாவத்துடன் இயங்குபவராகவே தொடர்ந்துகாட்டப்படுகின்றார்.

கிரிக்கெட் ஸ்கோர் கேட்பது போல போரைப் பார்க்கின்ற மனநிலை ஒன்றே அன்று நிலவியது; அது எத்தனை பேர் செத்தனர், ஆமில எத்தனை பேர், புலிகளில எத்தனை பேர், சனத்தில எத்தனை பேர் என்று கேட்டு திருப்தியுறவும் உச்சுக் கொட்டவும் தூண்டியது அந்த மனநிலையே! அகதிமுகாமில் இருக்கின்ற பவானியைச் சந்திக்கின்ற ஆனந்தனிடம் அவள் கேட்கின்றாள்,

"அப்பபடிச் சொல்லாதீங்க ஆனந்தன் சேர்... நாங்க நிகழ்காலத்த மட்டுமல்ல எதிர்காலத்தையும் தொலைத்துவிட்டு நிக்கிறவங்க. எங்களோட உங்களையும் ஒப்பிடாதங்க. எங்கட பிரதேசத்தில குறைந்த பட்சம் ஆறுமாதமா இலட்சக்கணக்கான நாங்க அடிபாடுகளுக்குள்ள சிக்கி அகதிகளாக அல்லற்பட்டுக் கொண்டிருந்த போது வடக்குக் கிழக்கு உட்பட நாட்டில் எல்லா இடமும் நீங்க விழாக்களையும் கொண்டாட்டங்களையும் நடத்திக்கொண்டிருந்தீங்க. ஏன வவுனியாவில கூட என்ன நடந்தது? எங்களுக்காகச் சிலபேர் கண்ணீர் விட்டிருக்கலாம். ஆனா பெரிசா யாரும் எதுவும் செய்யேல்ல. தனியொருத்தியான எனக்காக உங்க எதிர்கால வாழ்வையே அழிச்சிக் கொள்ளப் போவதாகச் சொல்லும் நீங்க ஆயிரக்கணக்கான மக்கள் அழிஞ்சு போனபோது எங்க போனீங்க? பிரதேசம், இனம், மொழி, காதல் எல்லாம் எங்களுக்கு முன்னால் வெறும் பொய்யான வார்த்தைகளாகப் போச்சு"

இந்தக் கேள்வியை போர் கொன்ற ஒவ்வொருவரினதும் ஆதங்கமாகவே நாம் எடுத்துக்கொள்ளவேண்டும். குறிப்பாகப் புலம்பெயர் மக்களும் கூட. நாம் ஒருங்கமைத்த பேரணிகளும், போராட்டங்களும், உண்ணாவிரத நிகழ்வுகளும் மாத்திரம் அவர்களுக்கான எம் பதில்களாகிவிடமுடியாது.

இராணுவம் முன்னேறப்போகின்றது என்று தனது பாடசாலை அதிபர் ஊடாக அறிந்த செய்தியை தன் குடும்பத்தினரிடம் சொல்லுகின்றாள் பவானி. அப்போது அவள் அண்ணன் குமார்,

“உமக்கென்ன விசரா பிள்ளை? கிளிநொச்சி, முல்லைத்தீவுக்குள்ள இராணுவம் வர ஏலுமே?

இயக்கம் விடுமா..? இல்லை .. உலக நாடுகள்தான் விடும..?

இவையின்ர கூத்துக்களைப் பார்த்துக்கொண்டு தமிழ்நாட்டு மக்கள் சும்மா இருப்பினமா..?”

என்கிறான். எல்லார் மனமும் அப்படித்தான் நினைத்துக்கொண்டிருந்தது. அவர்களின் எல்லா நம்பிக்கைகளும் பொய்த்துப்போயின.

பல இடங்களில் கட்டாய ஆட்சேர்ப்புப் பற்றிக் குறிப்பிடப்படுகின்றது. வெளிநாட்டுக் கப்பல் மூலமாக திருகோணமலை வைத்தியசாலைக்கு பவானியையும், தன் குழந்தைகளையும் அனுப்ப குமார் முயலும்போது புலிகள் செய்த விசாரணையை “அடையாள அட்டை இல்லாதவனை போலீஸ்காரார் செய்யும் விசாரணை” போல உணர்கின்றனர். மக்களை எந்தச் சந்தர்ப்பத்திலும் இராணுவத்திடம் சரணடைய அனுமதிக்கமாட்டோம் என்று இயக்கத்தைச் சேர்ந்த ஒருவன் புதுமாத்தளனுக்கு அருகில் வைத்து மக்களிடம் கூறும்போது மக்களுக்கும் இயக்கத்தினருக்கும் இடையில் மோதல் ஒன்று நடக்கின்றது. பல்வேறு செய்திகள் பரவுகின்றன. “மக்கள் உண்மை பொய் தெரியாமல் இருதலைக் கொள்ளி எறும்பாகத் தவிக்கின்றனர்”. புலிகள் இயக்கத்தைச் சேர்ந்த சுரேஷ், பவானியைக் கண்டு சரணடையும்படி கூறும்போது அவனுடன் வந்த இயக்கத்தைச் சேர்ந்த இன்னொருவன், இல்லை, யாரையும் சரணடையவிட

மாட்டோம் என்று சொல்லுகின்றான். இருவருக்கும் இடையே வாய்த்தர்க்கம் ஏற்பட்டு இறுதியில் அவன் சுரேஷை சுட்டுக் கொல்லுகின்றான். இறுதியில், இராணுவத்திடம் சோதனைக்காக அழைத்துச் செல்லப்படும்போது சுரேஷைச் சுட்டுக் கொன்றவனும் ராணுவத்தினருடன் ராணுவத்தினனாக அவர்களுடன் சிரித்துப் பேசியபடி நிற்பதைக் காண்கின்றனர். யுத்தத்தில் இறுதிநாட்களில் புலிகள் இயக்கத்துக்குள் நிகழ்ந்த இராணுவ ஊடுருவல்களும், சிலரின் துரோகங்களுமே பல்வேறு குழப்பங்களை உருவாக்கின என்கிற வாதத்தை வலுப்படுத்துகின்றதாக இந்நிகழ்வு இங்கே அமைகின்றது.

போரின் உச்சக்கட்டங்களில் பொருட்களின் விலை சுட்டிக்காட்டப்படுகின்றது. மாதாந்த உதிரப்போக்கிற்கான துணித்தேவைகள் கூட இல்லாமல் பெண்கள் பட்ட சிரமங்கள் சுட்டிக்காட்டப்படுகின்றது. இறுதிக்கட்டங்களில் இறந்தவர்களை அந்த அந்த இடங்களிலேயே விட்டுவிட்டுச் செல்லும் நிலைமை வரை அவலம் தொடர்கின்றது. மக்கள் சரணடைந்த பின்னர் வவுனியாவிற்கு அழைத்துச் செல்லப்படும்போது கிளிநொச்சி வைத்தியசாலையை பெரியளவு சேதங்கள் எதுவும் இல்லாமல் குமார் காண்பது சுட்டிக்காட்டப்படுகின்றது. இதை ஒரு சிறிய நிகழ்வாகவே கடந்து சென்றாலும், உண்மையில் மக்களின் மனநிலை அவ்விதமே இருந்தது. கிளிநொச்சியைவிட்டு பெரிய எதிர்ப்பு ஏதும் இல்லாமல் புலிகள் பின்வாங்குவர் என்பதை மக்கள் நினைத்துப் பார்க்கவேயில்லை. அதுபோல கிளிநொச்சியில் கிணற்றுத் தண்ணீரில் விஷம் கலந்திருக்கும் என்பது கூட அந்நாட்களில் பரவலாக இருந்த ஒரு வித வதந்தியே.

அகதிமுகாம்களில் மக்கள் எதிர்கொண்ட சிரமங்கள், சுகாதாரச் சீர்கேடுகள் என்பன சுட்டிக்காட்டப்படுகின்றன. அதே நேரம், பெற்றோரை இழந்த குழந்தைகளை தம் குழந்தைகளாகவே சேர்த்துக்கொண்டவர்கள் பற்றியும் குறிப்பிடப்படுகின்றது. முரண்நகையாக, அந்த முகாம்களுக்கு ஆனந்த குமாரசாமி முகாம், இராமநாதன் முகாம், அருணாசலம் முகாம் என்று பெயரிடப்பட்டிருந்ததும் குறிப்பிடப்படுகின்றது. "ஒன்றுபட்ட இலங்கைக்குள் ஒற்றுமையாக வாழலாம் என்ற தங்கள் தீர்க்க தரிசனம் பொய்த்துப் போய்விட்டதை எண்ணி வெட்கித்

தலை குனியமாட்டார்களா.. என்ன?" என்று நாவலில் குறிப்பிடப்பட்டிருக்கின்றது. ஆனால், ஒருவிதத்தில் அவர்களின் மேட்டிமைத்தனத்தின் எச்சங்களாக இருக்கின்ற மணியத்தார் போன்றவர்ககளையும் சேர்த்துப் பார்க்கின்றபோது இந்த முகாம்களும் கூட அவர்களின் எச்சங்கள் என்றும் நினைக்கத் தோன்றுகின்றது! அவர்களின் சிந்தனையை எம் முந்தைய தலைமுறையினர் என்று கருதினாலும் கூட, அவர்களை ஓரளவு சமரசம் செய்வதாகவே எமது தலைமுறையும் இருக்கின்றதாகவே தோன்றுகின்றது; நாவலில் இறுதியில் முகாமில் பவானியைச் சந்திக்கும்போது கூட தன் தந்தை மணியத்தாரைக் காபந்து பண்ணும் விதத்திலும் தன் நலனை முன்னிலைப்படுத்துவதாயுமே ஆனந்தனின் வாதமும் அமைகின்றது.

நான் வாசிக்கின்ற அரசரெத்தினத்தின் முதலாவது நூலும் இதுவே. இதற்கு முன்னராக அரசரெத்தினம் வளமான வாழ்வைத்தேடி, விழிகளால் கதை பேசி, இலங்கை அரசியலும் பன்னிரண்டாவது பொதுத்தேர்தலும், இலங்கை பாராளுமன்ற வரலாறும் பதின்மூன்றாவது பொதுத்தேர்தலும் ஆகிய நான்கு நூல்களை வெளியிட்டிருப்பதாகவும், இருபதுக்கு மேற்பட்ட சிறுகதைகள் எழுதியிருப்பதாகவும் இந்நூலில் இருந்து அறிந்துகொள்ளமுடிகின்றது. இந்நூலில் அவர் எழுதிய உரையில் எஸ். அரசரெத்தினம், "சாம்பல் பறவைகள் என்னும் இந்த குறுநாவல் வன்னிச் சமரின்போது சாதாரண மக்கள் அனுபவித்த அவலங்களை வெளிக்கொண்டு வரும் நோக்கில் என்னால் எழுதப்பட்டது" என்று குறிப்பிட்டுள்ளார். வன்னிச்சமர் பற்றி எழுதப்பட்ட முதன்முயற்சியாக எழுதப்பட்ட குறுநாவல் என்று முன்னுரையில் வி.எஸ் இதயராஜா குறிப்பிடப்படுகின்றார். அந்த வகையில் இக்குறுநாவல் போரினைப் பற்றிய நல்லதோர் பதிவாகவும் அமைகின்றது. தவிர, எஸ் அரசரெத்தினத்தை அரசியல் பிரக்ஞை கொண்டவராகவே அறியமுடிகின்றது. அந்தத் தெளிவுடனும், ஏன் இதனை எழுதுகின்றேன் என்கிற அறிதலுடனுமே அவர் சாம்பல் பறவைகளை எழுதியுள்ளார். அந்தவகையில் இந்த வாசிப்பானது நல்லதோர் உரையாடலை எமக்குள்ளேயே திறக்கின்றது!

ஏப்ரல், 2015.

அகரமுதல்வனின் "சாகாள்": சில குறிப்புகள்

அகரமுதல்வனின் சாகாள் கதை மே 2009 இல் ஈழப்போராட்டம் முடிவுக்குக் கொண்டுவரப்பட்ட பின்னரான பெண்போராளிகளின் நிலையையும் அவர்கள் இராணுவத்தின் பிடியில் இருந்தபோது என்ன நடந்தது என்பதையும் சித்திகரிப்பதாக அமைகின்றது. அந்தக் கதையினை அவர் சிவகாமி என்கிற விடுதலைப்புலிகள் அமைப்பின் முக்கியமான பெண்தலைவர் ஒருவரை மையமாகக்கொண்டு கதை எழுதுகின்றார். இந்தக்கதை பேசுவது முழுக்க சிவகாமி பற்றியதே என்பதைவிட இது சிவகாமியைப் பற்றி எழுதுவதற்காகவே எழுதப்பட்ட கதை என்பதே உண்மை. இந்த சிவகாமி என்பவர் அண்மையில் காலமான தமிழினி அவர்களே என்பதை எந்த மேலதிகமான விளக்கங்களும் இல்லாமல் புரிந்துகொள்ளமுடிகின்றது. சிவகாமி பற்றிய இந்தக்கதை எழுதப்பட்ட முறையாலும், இலக்கியம் என்ற பெயரால் கதைமுழுவதும் நிறைந்திருக்கின்ற வக்கிரத்தாலும் பல்வேறு தரப்பிலிருந்தும் கண்டனங்கள் எழுந்திருந்தன. கண்டனங்களைப் பதிவுசெய்திருந்த பலரும் தாம் ஏன் இந்தக் கதைமீது காட்டமான விமர்சனங்களை முன்வைக்கின்றோம் என்று கூறியே எதிர்ப்பினைப் பதிவுசெய்தபோதும் துரதிஸ்ரவசமாக அவை யாவும் இன்னொரு திசைக்கு மடைமாற்றப்பட்டன. இந்தக் கதையை தமிழ்தேசியத்துக்கு எதிரானவர்களும் புலி எதிர்ப்பாளர்களும் எதிர்க்கின்றனர் என்பதால் அகரமுதல்வனை ஆதரிக்கவேண்டும் என்கிற அபத்தமான வாதத்தினை பரவலாகக் காணக்கூடியதாக இருந்தது. அதேநேரம், இப்படியாக அவதூறும் செய்யும் படைப்புகளை எழுதும் வழக்கம் ஒன்று

ஈழத்தவர்களிடையே ஏற்கனவே இருந்திருக்கின்றது, ஆகவே இதற்கு முன்னரும் இவ்வாறான கதைகளை எழுதியவர்களை விமர்ச்சித்துவிட்டு, அவர்கள் மீதான விசாரணையைச் செய்துவிட்டு அகரமுதல்வன் மீது திரும்பலாம் என்கிற இன்னொரு வாதமும் எழுந்தது. அகரமுதல்வன் கதை அது இடம்பெற்ற இடத்திலிருந்து அழிக்கப்பட்டுவிட்டது, அதன்பிறகு இதனைப் பேசக்கூடாது என்கிறதான வாதமும் எழுந்தது. எல்லாவற்றிற்கும் சிகரம் வைப்பதுபோல, அகரமுதல்வனின் எழுத்து போர்க்குற்றங்களை அம்பலப்படுத்துகின்றது, இலங்கை ராணுவத்தின் போர்க்குற்றங்களை அம்பலப்படுத்துவதால் பதற்றமடைபவர்களே இந்தக் கதையை எதிர்க்கின்றார்கள் என்கிற திசைதிருப்பல்களும் நடந்தன. அகரமுதல்வன் வெறுமே 23 வயதுமட்டுமே ஆனவர் என்கிற சலுகைகளும் அவருக்கு அளிக்கப்பட்டன. இந்த வாதங்களைப் பின்வருமாறு பார்ப்போம்.

அகரமுதல்வனின் சாகாள் கதைக்கு முன்னரே ஈழத்தவர்களால் வெவ்வேறு இயக்கங்களைச் சேர்ந்தவர்களை அவதூறு செய்யும் விதமாகவும், ஆளுமைகளைப் பகடி செய்யும்விதமாகவும் படைப்புகள் வந்திருக்கின்றன என்பது உண்மையே. அ. முத்துலிங்கம் எழுதிய "பதினொரு பேய்கள்", நட்சத்திரன் செவ்விந்தியன் எழுதிய "கர்ணலின் காமம்", சாத்திரி எழுதிய "திருமதி செல்வி", யோ. கர்ணன் எழுதிய "துவாரகாவின் தந்தை பிரபாகரன்" ஆகிய கதைகளை இவ்விதம் குறிப்பிடலாம். இவற்றில் அ. முத்துலிங்கத்தின் கதை ஈழமக்கள் புரட்சிகர விடுதலை முன்னணியின் ஆரம்பகால பெண்போராளி பற்றிய வக்கிரமான சித்திகரிப்புகளுடன், அலன் தம்பதிகள் கடத்தலை வைத்து எழுதப்பட்டது. பொதுவாகவே அ. முத்துலிங்கம் போராளிகள் பற்றியும் போராட்டம் பற்றியும் எழுதும்போதும் அவர் நகைச்சுவை என்று நினைத்து எழுதும் எரிச்சலூட்டும் அபத்தமும், மேல்தட்டுப் பார்வையும் இருந்துகொண்டே இருக்கும். அது இந்தக் கதையெங்கும் நிறைந்தே இருந்தது. விடுதலைப் புலிகளின் ஆரம்பகால தளபதிகளில் ஒருவராக இருந்த கிட்டு மீது நிகழ்த்தப்பட்ட கைக்குண்டுத் தாக்குதலை மையமாகவைத்து கிட்டுவிற்கு பல்வேறு பாலியல் தொடர்புகள் இருந்ததாக சித்திகரித்து எழுதப்பட்டது "கர்ணலின் காமம்" கதை. அனேகமான விடுதலைப் புலிகளின் ஆதரவாளர்களைப்

பொறுத்தவரை விடுதலைப் புலிகள் இயக்கத்தின் தலைவர் பிரபாகரன் விமர்சனத்துக்கு அப்பாற்பட்ட திருவுருவாகவே பார்க்கப்படுகின்றார். அந்தத் திருவுருவை பகடி செய்வதாக அமைந்த கதை "துவாரகாவின் தந்தை பிரபாகரன்". அதிகார பீடங்களின் மீது செய்யப்படவேண்டிய பகடியானது போர் முடிந்த குறுகிய இடைவெளியின் தோற்றுப்போன மக்களின் மன உணர்வுகள் மீது செய்யப்பட்டது என்ற அளவில் இந்தக் கதை அறம் தவறியதாகவே அமைந்தது. சாத்திரி எழுதிய திருமதி செல்வி, ஒருவிதத்தில் அகரமுதல்வனின் சாகாள் கதைக்கு முன்னோடி என்று சொல்லலாம். இந்தக்கதை விடுதலைப் புலிகளின் அரசியல்துறைப்பொறுப்பாளர் சு.ப. தமிழ்செல்வனின் மனைவியைப் பற்றிய மோசமான சித்திகரிப்புடன் எழுதப்பட்டது. இந்தக் கதைகள் அனைத்துமே அவை வெளிவந்த காலப்பகுதிகளில் கடுமையான விமர்சனங்களை எதிர்கொண்டவயே.

அகரமுதல்வனின் சாகாள் கதை வெளியான சமகாலப்பகுதியிலேயே தமிழினி எழுதிய "ஒரு கூர்வாளின் நிழலில்" உம் வெளியாகியிருந்தது. இந்நூலில் தமிழினி விடுதலைப் புலிகள் இயக்கம் பற்றியும், அதன் தலைமை பற்றியும், அரசியல் நகர்வுகள் பற்றியும், போராட்டம் முன்னெடுக்கப்பட்ட விதம் பற்றியும் பல்வேறு விமர்சனங்களை முன்வைத்திருக்கிறார். இந்த விமர்சனங்களுக்கான அகரமுதல்வனின் எதிர்வினையாகவோ அல்லது இந்த விமர்சனங்களால் தமிழினி மீது அதிருப்தியுற்றிருந்தவர்களை திருப்திப்படுத்தும் முயற்சியாகவோதான் "சாகாள்" ஐப் புரிந்துகொள்ளமுடிகின்றது. அத்துடன் சிவகாமிக்கு அல்லது தமிழினிக்கு இவ்வாறாக நடந்தது என்பதை அவரே வாக்குமூலம் சொல்வதாக எழுதுகின்ற புனைவினூடாக அவரது ஒரு கூர்வாளின் நிழலில் என்கிற நூலில் அவர் இவற்றையெல்லாம் குறிப்பிடவில்லை என்றுகூறி ஒரு கூர்வாளின் நிழலில் நூலின் நம்பகத்தன்மையை இல்லாது செய்துவிடலாம் என்கிற மோசமான உத்தி ஒன்றும் இதன்பின்னணியில் இருக்க வாய்ப்புண்டு. சில பஞ்சாயத்து முறைகளில் பெண்கள் மீது பாலியல் வன்புணர்வு செய்வதை அவர்களுக்கான தண்டனையாக வழங்கும் வழக்கமிருப்பதை செய்திகளில் பார்த்து அதிர்ச்சியடந்திருக்கின்றோம். அவ்வாறான தண்டனையை வழங்கும் அதிகாரம் கைவரப்பெறாத அகரமுதல்வன் தன் எழுத்தினூடாக அந்தத் தண்டனையை சிவகாமி மீதும்

சிவகாமியின் பெண்ணுடல் மீதும் நிகழ்த்தியிருப்பதன் விளைவே சாகாள். அதன் உச்சபட்ச விளைவே "எய்ட்ஸ் நங்கி" என்கிற எள்ளிநகையாடல்.

இந்தக் கதையை போர்க்குற்றங்களை அம்பலப்படுத்துவதாக எந்தவிதத்திலும் நியாயப்படுத்திவிடமுடியாது. போர்க்குற்றங்களை புனைவுகளின் ஊடாக அம்பலப்படுத்துவது என்றால் குற்றம் இழைக்கப்பட்டவர்கள் மீது காண்பிக்கப்பட்டிருக்கவேண்டிய குறைந்தபட்ச பரிவைக்கூட காட்டாமலேயே போராளிகள் காண்பிக்கப்படுகின்றனர். "மெகஸின் சிறையில் கொண்டுவந்து அடைக்கப்பட்டாள். வதைமுகாமில் பறிக்கப்பட்ட ஆடைகள் வழங்கப்பட்டதே தவிர அங்கிருந்தவர்கள் எல்லாரும் பலாத்காரம் செய்யப்பட்டார்கள்" என்று எந்தப் பொறுப்புணர்வும் இல்லாமல் எழுதுகின்றார் அகரமுதல்வன். போரில் கைதாகியும், சரணடைந்தும் சிறைகளில் அடைக்கப்பட்டும், புனர்வுவாழ்வு முகாம்களில் இருந்தும் வெளியில் வந்த பெண்கள் இன்றளவும் சமூகத்தில் இயல்புவாழ்க்கைக்குத் திரும்பமுடியாமல் இருக்கின்றபோது இவ்வாறான புனைவுகள் எவ்வளவு குரூரமானவை? போராளிகள் அவர்கள் அமைப்புகளில் போராளிகளாக இருந்தாலும் மீண்டும் பொதுச்சமூகத்தில் இணையவேண்டி ஏற்படும்போது அங்கு நிலவும் சமூகநம்பிக்கைகளை அவர்களும் எதிர்கொள்ளவேண்டியவர்களாக அல்லவா இருக்கின்றார்கள். அப்படி இருக்கின்றபோது இவ்வாறு நடந்ததாக சிவகாமியே வாக்குமூலமாக அரசியல்வாதி ஒருவருக்குக் கூறப்பட்டதாகக் கூறுவதில் என்ன எத்தனை வக்கிரம் இருக்கின்றது? தன் மீது பாலியல் பலாத்காரம் நிகழ்த்தப்படவில்லை என்று தமிழினி பதிவுசெய்கின்றபோது "தொடர்ந்து 23 தடவைகள் எல்லாருக்கும் தெரிந்து வன்புணர்வு செய்யப்பட்ட சிவகாமியை இராணுவக் கோப்ரல் எய்ட்ஸ் நங்கி என்றுதான் இப்போது கூப்பிடுகின்றான்"என்று எழுதுவதை வன்மத்தைத் தவிர வேறு எதைத் துணையாகக்கொண்டு எழுதமுடியும் என்று தெரியவில்லை. சிவகாமியைத் தாக்கி எழுதுவதை மையமாகக்கொண்ட இந்தக்கதை சிவகாமி மாத்திரமல்ல, கைதுசெய்யப்பட்டு மகசீன் சிறைச்சாலையில் அடைக்கப்பட்ட அத்தனை போராளிகளும் வன்புணர்வுசெய்யப்பட்டார்கள் என்கிறது. மகசீன் சிறையில் இருந்து வெளியில்வந்து வாழ்ந்துகொண்டிருக்கும் அத்தனை பெண்களுக்கு இது எத்தனை உளவியல் சித்திரவதையைத் தரும்

என்கிற குறைந்தபட்ச அக்கறையேனும் உள்ள ஒருவரால் இந்தக் கதையை எழுதவோ அல்லது ஏதேனும் காரணங்கள் காட்டியோ அல்லது நிபந்தனைகளில் அடிப்படையிலோ இதைக் கடந்து செல்லவோ ஏனும் முடியுமா?

இக்கதையில் இன்னொரு இடத்தில் வருகின்ற "அக்கா நீங்கள் ஏன் இவங்களிட்ட பிடிபட்டனீங்கள்? இன்னொரு பிள்ளை இவளிடம் கேட்டாள். அந்தக் கேள்வியின் அடியாழத்தில் நீங்கள் குப்பி கடித்திருக்கலாம் என்கிற இன்னொரு சாரமும் இருந்தது" என்ற பகுதி உண்மையில் அகரமுதல்வன் போன்றவர்களின் ஆதங்கமாக இருக்கவேண்டும். போரில் மரணமடையாத, குப்பி கடிக்காத அனைவரும் இவர்கள் பார்வையில் துரோகிகளே அல்லது துரோகம் இழைக்கக் கூடியவர்களே! அதற்கான தண்டனை அவர்களுக்கு எவ்விதத்திலும் வழங்கப்படலாம், இவ்வாறு புனைவுகள் என்ற பெயரில் எந்தவித மனிதத்தனமும் இல்லாத வக்கிரங்களை அள்ளி இறைப்பது உட்பட என்பதே இவர்கள் நிலைப்பாடு.

அகரமுதல்வன் வெறும் இருபத்துமூன்று வயதே ஆனவர் என்பதாகக் கூறி அவர் மீது சலுகைகாட்ட முனைவது அடுத்த அபத்தம். அனுபவமின்மையாலும், அறியாமையாலும் செய்த தவறுகளை வயதைக் காரணம்காட்டி மீளாய்வுசெய்யலாம். ஆனால், "கட்டிலில் கிடந்த சிப்பாய் ஒருவன் எழும்பி வந்து அவளின் பிறப்புறுப்பில் தனது கைகளால் சத்தம் வரும்படி பொத்தி அடித்தான். எல்லாரும் கைதட்டி மகிழ்ந்தார்கள்" என்று எழுதுகின்ற வக்கிரம் இருபத்துமூன்று வயதிலேயே எப்படி வந்தது என்பதுதான் இங்கே கேள்வியாக இருக்கின்றது. இந்த வக்கிரத்தை எல்லாம் போர்க்குற்ற அம்பலப்படுத்தல் என்பதுவும், இப்படி எழுதுகின்றவரை தமிழ்த்தேசியத்தின் ஆதரவாளராகவும், முன்னெடுப்பவராகவும் கூறுவதும் மிகவும் பிற்போக்கான விளைவுகளை ஏற்படுத்தக்கூடியது. உண்மையில் தமிழ்த்தேசியத்தின் ஆதரவாளர்களும், அதனை முன்னெடுப்பவர்களும் முற்போக்குச் சிந்தனைகளையும், தெளிவான பரந்த பார்வையையும் கொண்டியங்குவதே ஆரோக்கியமானது. அதைவிடுத்துத் தமிழ்தேசியத்தை ஆதரிக்கின்றார் என்றோ அல்லது புலிகளை ஆதரிக்கின்றார் என்றோ ஒருவரை ஆதரிப்பதும், பரிவுகாட்டிக்

காப்பதும் எமது சமூகத்தில் ஏற்பட்டிருக்கின்ற ஒருவிதமான நோய்க்கூறு என்றே கருதவேண்டும். இவ்வாறு காட்டப்படும் சலுகைதான்

"நாமார்க்கும் குடியல்லோம்; நமனை அஞ்சோம் - அப்பர்

யதார்த்தத்தை உள்வாங்குவதும் அதனை இருக்குமிடத்தில் மேலாக ஓரடி முன்னெடுப்பதிலும் தான் வரலாற்றின் வளர்ச்சிப்பாதை அடங்கியுள்ளது. அதற்கு மாறாக தொடர்ந்து கண்மூடித்தனமாக வடக்கு நோக்கி பயணித்துக்கொண்டிருந்தால் மீண்டும் தொடங்கிய இடமான தெற்கில் மிதக்க வேண்டி ஏற்படும்."

அகரமுதல்வன்
03.20.2016

என்று நிலைத்தகவல்களை முகநூலில் பதிவேற்றிவிட்டு எந்தச் சலனமும் இல்லாமல் அகரமுதல்வனைப் பயணிக்கவைக்கின்றது. அவர் மன்னிப்புக் கேட்கவேண்டும் என்று எழுந்த குரல், அவர் தன் தவறை உணரவேண்டும் எனபதற்காகவே அன்றி அவரை சிறுமைப்படுத்தவேண்டும் என்பதற்கானது அல்ல. துரதிஸ்ரவசமாக அகரமுதல்வன் அதனை உணராமல் இன்னமும் இனவெறியைத்தூண்டும் விதமாகவும் இலக்கியம் என்ற பெயரில் மிகமோசமான வெளிப்பாடுகளுடன் செயற்பட இருப்பதையே அவரது அகங்கார மௌனமும் அவருக்கு வழங்கப்படும் ஆதரவுகளும் காட்டுகின்றன. இந்தக் கதையில் அகரமுதல்வன் தேர்ந்த சிவகாமி என்கிற மையத்தைத் தவிர வேறுவிடயங்களும் கதை தொடர்பில் கவனத்திற்கொள்ளப்பட வேண்டியன. கீழே வரும் வசனங்களைப் பார்ப்போம்,

- “மாற்றினத்துப் பெண்களின் மார்புகளை அறுக்கும் மானுடர்களை உலகம் சிங்களர் என்று அழைக்கட்டும்”

- “இதனைக் கண்காணிக்கும் சிப்பாய் தமிழில் பேசிக்கொண்டிருந்தான். அவன் தன்னை ஒரு முஸ்லிம் என்று சொல்லுவதன் மூலம் வெளியேற்றத்தைப் பறைசாற்றிக்கொண்டிருந்தான் (போராளிப்பெண்களுக்கு உணவு வழங்கப்படும்போது கண்காணித்துக்கொண்டிருந்த இராணுவத்தினன் பற்றி)

இலங்கையில் இருக்கின்ற வேறு இரண்டு தேசிய இனங்கள் மீது வெறுப்பூட்டும் விதமாக நேரடியாக இனவாதத்தைப் போதிக்கும் இந்த எழுத்துகள் எவ்விதம் தமிழ்தேசியப் போராட்டம் சரியான திசையில் பயணிக்க உதவும்? ஈழப்போராட்டம் பற்றியும் அங்கு இனங்களுக்கிடையில் இருக்கின்ற சிக்கலான தொடர்புகள், பண்பாட்டுத் தொடர்புகள், நிலப்பரம்பல்கள் பற்றியெல்லாம் அறிந்திராமல், அது தொடர்பான சரியான புரிதலும் இல்லாமல் வெறும் இனவெறியூட்டும் எழுத்துகளையும் பாலியல் வக்கிரங்களையும் வன்மங்களையும் மாத்திரம் இலக்கியம் என்று சொல்லி எழுதுவது இலக்கியத்தின் பெயராலும் தமிழ்த்தேசியத்தின் பெயராலும் செய்யப்படும் மாபெரும் மோசடியன்றி வேறொன்றில்லை.

குறிப்பு:

அகரமுதல்வனின் சாகாள் என்கிற கதை கூடு என்கிற இணைய இதழில் (மார்ச் 2016) வெளியாகி பின்னர் நீக்கப்பட்டிருக்கின்றது. இந்தக் கதை தற்போது அது பதிவேற்றப்பட்ட தளத்திலிருந்து நீக்கப்பட்டிருந்தாலும் அது உருவாக்கிய சில உரையாடல்கள் இன்னமும் தொடர்ந்துகொண்டுதான் இருக்கின்றன. அத்துடன் இக்கதை குறித்த உரையாடல்களிலும், பலர் வெளிப்படுத்திய நிலைப்பாடுகளிலும் தெரிந்த சில அம்சங்கள் அபாய சமிக்ஞைகளாகவும் தோன்றுகின்றன.

ஏப்ரல், 2016.

வெற்றிச்செல்வியின்
"ஒரு போராளியின் காதலி"

ஒரு போராளியின் காதலி என்கிற இந்த நாவலானது ஈழப்போரின் இறுதிக்கட்டங்களில் நடந்த சம்பவங்களை வைத்து எழுதப்பட்டிருக்கின்றது. இதனை எழுதிய வெற்றிச்செல்வி மன்னாரில் 1974 இல் பிறந்து 1991 இலேயே விடுதலைப்புலிகள் இயக்கத்துடன் தன்னை இணைத்து ஈழப்போராட்டத்தில் ஈடுபட்டவர். வெடிவிபத்தொன்றில் தனது வலது கண்ணையும் வலது கையையும் இழந்த வெற்றிச்செல்வி தொடர்ந்தும் ஊடகத்துறையில் நிதர்சனம், புலிகளின் குரல், சுதந்திரப் பறவைகள் ஆகியவற்றில் தனது பங்களிப்புகளைச் செய்துள்ளார். ஆரம்பத்தில் வலது கைப் பழக்கமுள்ளவராக இருந்தபோதும் பின்னர் இடது கையால் எழுதுவதற்குப் பயிற்சி எடுத்துக்கொண்ட வெற்றிச்செல்வி, அண்மையில் வெளியான ஆறிப்போன காயங்களின் வலியுடன் சேர்த்து கவிதை, புனைவு, கட்டுரைகள் என்று இதுவரை ஏழு நூல்கள் எழுதியிருக்கின்றார். அவற்றுள் அவரது முதலாவது நாவலான "ஒரு போராளியின் காதலி" பற்றியதாகவே எனது கட்டுரை அமைகின்றது.

ஒரு போராளியின் காதலி, ஒரு விதத்தில் ஒரு காதல் கதையென்று சொல்லலாம்; ஒரு போராளியை, அவன் போராளி என்று அறியாமல் காதலிப்பவளின் கதை. செவ்வாய்க்குற்றம் கொண்ட ஒரு தமக்கை, திருமணம் செய்ய மாட்டேன் என்று இருக்கின்ற இரண்டாவது தமக்கை, மூளை வளர்ச்சி குன்றியவள் என்பதால் திருமணத்துக்கு தகுதியில்லாதவள் என்று முடிவுசெய்யப்பட்ட மூன்றாவது தமக்கை என்று நான்கு பெண்பிள்ளைகளைக் கொண்ட குடும்பமொன்றில் நான்காவது பெண்ணாகப்

பிறந்தவர் சுமதி. அவளது குடும்பம் சாதியம் போன்றவற்றில் ஊறிப்போன குடும்பம். வீட்டிற்கு நண்பர்கள் வந்துபோனால் கண்டது கடியதுகளும் வீட்டுக்குள் வந்துவிடும் என்று சொல்லி பிள்ளைகளை வளர்க்கும் குடும்பம். சுமதிக்கும் கூட இவற்றில் பெரிதாக பிரச்சனைகள் ஏதுமில்லை. தாதியாக வேலை செய்யும் இடத்திலேயும் கூட மற்றவர்களை ஏவி தனது வேலைகளை செய்தல், பிடிவாதம், திமிர், தலைக்கனம் என்று இருந்த சுமதி அங்கே வாமன் என்கிற வன்னியில் இருந்து வந்த இளைஞனுடன் காதல் கொள்கிறாள். அவனைத்தவிர கடமையையில் மிகவும் ஈடுபாட்டுடன் இருக்கின்ற அமுதா என்கிற தோழிமட்டுமே சுமதிக்கு அங்கே பழக்கமானவர்கள் எனலாம். முதல் மூன்று தமக்கைகளுக்கும் திருமணம் நடக்காவிட்டாலும் பரவாயில்லை பரம்பரைச் சொத்துகள் வெளியில் போய்விடக்கூடாது என்றுசொல்லி சுமதியை அவளது உறவில் இருந்து பெண்கேட்டு வருகின்றார்கள். சுமதி வீட்டினரும் அந்த திருமணத்துக்கு ஒத்துக்கொண்டு அவளைத் திருமணத்துக்கு வற்புறுத்துகின்றனர். சுமதி திருமணத்துக்கு மறுத்து, வீட்டைவிட்டு வெளியேறி வாமனைத்தேடி வன்னிக்குச் செல்கின்றாள். போராட்டத்தையும், போராளிகளையும் அடியுடன் வெறுக்கும் சுமதிக்கு வன்னிக்கு வந்தபின்னரே வாமனும் ஒரு போராளி என்று தெரியவருகின்றது. ஆரம்பத்தில் வாமன் மீது கோபம் கொண்டு அவனை இயக்கத்தைவிட்டு வெளியேறும்படி கேட்கிறாள். அந்தக் காலப்பகுதியில் கிளிநொச்சியிலேயே மருத்துவமனையில் தாதியாகக் கடமையாற்றும் சுமதி பின்னர் போராட்டத்தையும், போராளிகளையும் பற்றிய தனது மனநிலை மாறுவதையும் அவற்றின் தொடர்ச்சியுமே ஒரு போராளியின் காதலி நாவலாக உள்ளது.

இந்த நாவல் ஈழப்போர் முடிவுக்குக்கொண்டுவரப்பட்ட பின்னர் இலங்கை அரசின் "புனர்வாழ்வு முகாமில்" இருந்தபோது வெற்றிச்செல்வியால் எழுதப்பட்டது. முள்ளிவாய்க்காலில் முடிந்த போரின் இறுதி நிகழ்வுகளை, பேரழிவுகளை இறுதிப்பகுதியூடாகப் பதிவுசெய்கின்றது இந்த நாவல். நூலின் பின்னட்டையில் "முள்ளிவாய்க்கால் யுத்தத்திற்குப் பின்னர் வன்னியிலிருந்தும் ஈழத்திலிருந்தும் எழுந்த முதல் நாவலாக இந்த நூல் முதன்மைபெறுகின்றது" என்கிற குறிப்பும் காணப்படுகின்றது. புனர்வாழ்வு முகாமிலிருந்தபோதே இதனை வெற்றிச்செல்வி

எழுதியிருந்தாலும் 2012 டிசம்பரிலேயே தோழமை வெளியீடாக இதன் முதலாவது பதிப்பு வெளியாகின்றது. அதேநேரம் மட்டக்களப்பைச் சேர்ந்த எஸ். அரசரெத்தினம் என்பவர் எழுதிய "சாம்பல் பறவைகள்" என்கிற குறுநாவல் ஒன்றும் ஈழப்போரின் இறுதி நிகழ்வுகளை வைத்து எழுதப்பட்டு ஈழத்திலேயே இருக்கின்ற சத்யா பப்ளிகேஷன்ஸ் ஊடாக 2010 இலேயே வெளியாகியிருக்கின்றது என்பதை இங்கே குறிப்பிட விரும்புகின்றேன். 2009 இற்குப் பின்னர் வெளியான குறிப்பிட்டுச் சொல்லக்கூடிய புனைவுகளில் ஒன்றான சாம்பல் பறவைகள் இதுவரை மிகக் குறைவாகவே அறியப்பட்டிருக்கின்றது.

2009 இற்குப்பின்னர் போர் குறித்தும் போர்க்காலம் குறித்தும் கருவாகவும், தளமாகவும் கொண்டு எழுதப்பட்டிருக்கின்ற புனைவுகளில் சில பொதுத்தன்மைகளை அவதானிக்கக்கூடியதாக இருக்கின்றது.

➤ இவை போரினை, போர்க்கால வாழ்வை, வாழ்வியலை, போரினால் நடந்த பேரழிவைப் பற்றிய பதிவுகளை மேற்கொள்ள முனைகின்றன.

➤ இந்தப் புனைவுகளை எழுதிய பெரும்பாலானவர்கள் சில நோக்குகளுக்காக ஒரு விதமான செயற்பாடுகளுக்கான (Activism) கருவியாகக் கருதியே இந்தப் புனைவுகளை எழுதியுள்ளனர். அதேநேரம் அதன் காரணத்தினாலும் கூட இருக்கலாம் அவற்றின் மொழிகள் செழுமையாக இல்லாமல் நேரடியான மொழியாக இருக்கின்றன.

➤ பெரும்பாலானவற்றை எழுதியவர்கள் அவரவரது அரசியல் நிலைப்பாடுகளை மேலும் உறுதியாக்கும் நோக்குடனே அந்தப் புனைவுகளை கையாண்டுள்ளனர்.

➤ போராளிகளை, குறிப்பாக விடுதலைப் புலிகளை புனித உருக்களாகப் போற்றுகின்ற அல்லது அவர்களை முற்று முழுதாக விமர்சித்து நிராகரிக்கின்ற போக்கு இவற்றில் காணப்படுகின்றது

➢ விடுதலைப் புலிகளுக்கும் மக்களுக்குமான உறவு, பாதுகாப்புப் பிரதேசங்கள் மீதான இராணுவத்தின் குண்டுவீச்சு / செல் வீச்சு தாக்குதல், புலிகளின் கட்டாய ஆட்சேர்ப்பு, மக்களும் போராளிகளும் இராணுவத்திடம் சரணடைகின்ற இறுதி நாட்கள், அப்படி சரணடைபவர்கள் மீது விடுதலைப்புலிகளால் நிகழ்த்தப்படும் துப்பாக்கித் தாக்குதல்கள், ஐநா, அல்லது பிற நாடுகள் போரின் இறுதிப்பகுதியில் நேரடியாக தலையிடுவர் என்ற நம்பிக்கை மக்களிடமும் போராளிகளிடமும் இருந்தமை என்பன இந்த எல்லாப் புனைவுகளிலும் வந்தாலும் குறித்த பிரதிகளின் படைப்பாளியின் பார்வைக்கோணம் / அரசியல் நிலைப்பாடுகளால் இவை குறித்த அவர்களது ஏற்புகளும் மறுப்புகளும் அமைகின்றன.

➢ இவற்றுள் பெரும்பாலானவை முன்னாள் போராளிகளால் எழுதப்பட்டவை, அவற்றின் முக்கிய பாத்திரங்களாக வருவோரும் போராளிகளே

இந்தப் பொதுத்தன்மைகளை ஒரு போராளியின் காதலியிலும் காணலாம். அதேநேரம் இதுவரை பெரியளவில் பேசப்படாத "ஈழத்து மருத்துவ போராளிகள்" பற்றியும் போர்க்காலங்களில் மருத்துவத் தேவைகள் அதிகரித்திருந்த சூழலில் பயிற்சிகளின் மூலமாக போராளிகளே மருத்துவர்களாகவும், தாதியர்களாகவும், இதர உதவிகள் புரிவோராகவும் பணியாற்றியதன் பதிவாகவும் இது முதன்மை பெறுகின்றது. போர்க்காலத்தில் பேரழிவுகளுக்கு மத்தியிலும் மனிதம் தொடர்ந்தும் உயிர்ப்போடும் இருந்தது என்பதன் சான்றாக இந்த மருத்துவத் துறையின் பணிகள் இருந்திருக்கின்றன. போராளிகளது உயிர்களாக இருந்தாலும் சரி, சிங்களப்படையினரது உயிராக இருந்தாலும் சரி, அவர்களுக்கான உதவிகள் இந்த மருத்துவத் துறையினரால் வழங்கப்பட்டிருக்கின்றன. பியதாச என்கிற இலங்கை இராணுவப் படையினர் ஒருவன் காயமுற்று இருக்கின்றபோது அவனுக்கு சுமதி பணிவிடை செய்கின்றாள். அதேநேரம் அங்கே மருத்துவ உதவியாளனாக இருக்கின்ற, இராணுவம் சுட்டு காலினை இழந்த போராளியான மதிவாணனுக்கு அது எரிச்சலை ஊட்டுகின்றது. அவனுக்கும் சுமதிக்கும் இடையிலான சிறு உரையாடல் ஒன்று முக்கியமானது. அதுபோல போர் உச்சத்தில் இருக்கின்றபோது போதிய மருந்துகளும்

மருத்துவ வசதிகளும் முறையான வைத்தியர்களும் தாதியரும் இல்லாமல் எவ்விதம் மருத்துவமனைகள் இயங்கின என்பதன் பதிவாகவும் ஒரு போராளியின் காதலி அமைகின்றது. குப்பைத் தொட்டியில் வீசப்பட்டிருக்கும் வெட்டி அகற்றப்பட்ட குழந்தையின் கை, சரியான வசதிகள் இல்லாத நிலையில் காயமுற்ற இரண்டு குழந்தைகளின் உயிரைக் காப்பாற்றுமாறு படுகாயமுற்றிருக்கின்ற தந்தை கேட்கின்றபோது ஒரு பிள்ளையை மாத்திரம் காப்பாற்ற அவகாசம் உள்ளதை அறிந்து அதிக பாதிப்பில்லாத காயங்கள் அடைந்த பிள்ளைக்கு சிகிச்சை அளித்து மற்றப் பிள்ளையை அப்படியே சாகவிடும் அவலம், காயமுற்ற போராளிகளின் குப்பியை அகற்றுவது என்கிற மரபானது அவர்கள் வலிகளுடனும் மருத்துவ வசதியில்லாமலும் கொடுமைப்படக்கூடாது என்ற எண்ணத்துடன் கைவிடப்பட்டு அவர்கள் விரும்பினால் குப்பி கடித்து சாகட்டும் என்று விடப்பட்ட நிலை என்று மானுட அவலங்களின் பதிவாக இது அமைகின்றது. விடுதலைப் புலிகள் வன்னியில் நிர்வகித்த நிகர் அரசாங்கம் பற்றிய குறிப்புகள் இணையம் முழுக்க பட்டியலிடப்பட்டு பரவியிருக்கின்றபோதும் அவை எவ்விதம் இயங்கின, அவற்றின் உட்கட்டுமாணங்கள் எப்படி இருந்தன என்பதெல்லாம் பற்றிய பதிவுகளே இல்லை என்பதே இன்றைய யதார்த்தம். அக்காலப்பகுதியில் வெளியிடப்பட்ட ஆவணங்களும் பிரசுரங்களும் கூட அனேகம் அழிந்துவிட்டன அல்லது அழிக்கப்பட்டுவிட்டன என்றே அறியமுடிகின்றது. இப்படியான ஒரு சூழலில் மக்கள் "தமது நினைவுகளை எழுதுதல் அல்லது பதிதல் என்பதை பிரக்ஞையுடன் செய்ய முன்வரவேண்டும். அதற்கு புனைவுகளும் அனுபவக் கட்டுரைகளும் பொருத்தமான வடிவங்களாகும். அதனைச் செய்வதற்கான முனைப்பாக ஒரு போராளியின் காதலி முக்கியமானதெனச் சொல்லலாம்.

நாவலின் ஆரம்பப் பகுதி போராளிகளையும் போராட்டத்தையும் வெறுத்த சுமதியின் மனநிலையில் ஏற்படும் மாற்றத்தைக் காட்டுவதற்கான உத்தியாகவே பாவிக்கப்படுகின்றது. உண்மையில் இந்தப் பகுதி எனது வாசிப்பில் சற்றே விமர்சனத்துக்கானதாக இருந்தது. இந்தப் பகுதி ஒருவிதத்தில் வன்னிப் பிரதேசத்தின் அன்றைய வாழ்வையும் மக்கள் புலிகள் மீது கொண்டிருந்த ஆதரவையும் ஒரு விதமான பொற்காலமாக விதந்துரைக்கின்றதாக

உள்ளது. அந்த மக்கள் புலிகளை அவ்வாறு நேசித்தார்கள் என்பது உண்மையானால் அவர்கள் ஏன் அவ்விதம் நேசித்தார்கள் என்கிற கேள்வி எழுகின்றது. மக்கள் தம்மை எப்போதும் போரினையும் போராட்டத்தையும் ஆதரிப்பவர்களாகவே உள்ளனரே அன்றி போரில் பங்கேற்பவர்களாக முன்வருவது குறைவாகவே உள்ளனர். போர் நெருங்கி, போரிட ஆட்கள் தேவை என்றபோது கட்டாயமாகத்தான் ஆட்களை சேகரிக்கவேண்டி இருந்துள்ளது. அப்படிச் சேர்ப்பவர்களும் கூட விட்டுவிட்டு ஓடுவதே வழமையாக இருந்திருக்கின்றது. 1000 பேரை ஒவ்வொரு நாளும் கட்டாயமாக சேர்க்கவேண்டும். அதில் 500 பேர் ஓடினாலும் மிச்ச 500 பேர் இருப்பார்கள் என்பதாகக் கட்டளையிடப்பட்டதாக ஒரு போராளியின் காதலியே குறிப்பிடுகின்றது.

“அநியாயமாகச் சாகிறவர்கள் தானே நாங்கள். அந்தச் சாவை களத்திலேயே சந்திப்போம் வாருங்கள் என்றார்கள் ஆட்சேர்ப்பாளர்கள். நீங்கதானே சாகிறீங்களெண்டு எங்களையும் சாக்கொல்றீங்களேடா நாசமாகப் போக நீங்களென்று ஏராளமான சனங்கள் மண்ணள்ளிக் கொட்டினார்கள். உணவு கொடுத்துப் போராட்டத்தை வளர்த்தவர்களே அவர்களின் பிள்ளையைக் கேட்டபோது துள்ளியெழுந்தார்கள். உணவு கொடுத்தோம். உயிரைப்பறிக்க நிற்கிறீர்களே நன்றி கெட்டவர்களே என்று நியாயம் கேட்டார்கள்”

“தன் பிள்ளையை ஒளித்துவைத்திருந்து ஒருநாளில் பிள்ளையை போராளிகள் பிடுங்கிக்கொண்டு போனால் போதும் அதே குடும்பத்தின் உறுப்பினர்கள் ஆள்மாறி ஆள்வந்து தங்கள் தறப்பால் கொட்டிலுக்கருகில் ஒளித்துவைக்கப்பட்டிருக்கும் ஐந்தாறு இளையவர்களின் பதுங்கிடங்களைக் காட்டிகொடுத்தார்கள்”

என்று இந்த நாவலில் வருகின்ற பகுதிகள் ஒருவிதத்தில் முக்கியமானவை. இந்தப் போர் போராளிகளுக்குக் கற்றுக்கொடுத்த கசப்பான பாடம் மக்களின் இந்த மனநிலையைப் புரியவைத்ததுதான். போராளிகளைப் பற்றியும் போர் பற்றியுமான புகழ்பாடும் விதந்துரைப்புகள் கூட மக்கள் தமது தேவைகளுக்காக, தமது விடுதலைக்காக போராடுபவர்களை தம்மை விட்டு வேறாக்கி, புகழ்பாடி, திருவுருக்கள் ஆக்கி, நீங்கள் போராடுங்கள், சண்டைபிடியுங்கள், காயப்படுங்கள், கைதாகுங்கள், குப்பி அடியுங்கள், செத்துக்கூடப் போங்கள், நாங்கள் உங்களுக்கு

ஆதரவு தருகின்றோம், உணவு தருகின்றோம் என்பதாக இருந்த ஒரு மனநிலையின் வெளிப்பாடு என்றே தோன்றுகின்றது. இந்த நாவலைப்பற்றியும், இதில் வருகின்ற மானுட அவலம் பற்றியும் பேசுகின்றபோது இந்த மனநிலை பற்றியும் சேர்த்தே பேசுவோம்.

- ஜீவநதி.
நவம்பர், 2016

காத்திருப்பு
கதை குறித்து...

தமிழ்நதி எழுதி கபாடபுரம் இணைய இதழில் வெளிவந்திருக்கின்ற இந்தக் கதை பேசுகின்ற காணாமல் ஆக்கப்பட்டவர்கள் பற்றிய விடயம் முக்கியமானது. பொதுவாக, சமகாலப் பிரச்சனைகள் பற்றி கலை இலக்கியப் படைப்புகள் ஊடாக வெளிப்படுத்தவேண்டும் என்பதை தொடர்ச்சியாக முன்வைப்பது எனது வழக்கம். அந்த வகையில் காணமல் ஆக்கப்பட்டவர்கள் பற்றி கதையொன்றில் எழுதப்பட்டிருக்கின்றது என்பதுவும் அதுவும் தமிழ்நதி போன்ற பரவலாக அறியப்பட்ட எழுத்தாளரால் எழுதப்பட்டிருக்கின்றது என்பதுவும் முக்கியமானது. ஆனால் தமிழ்நதியின் இந்தக் கதையில் இருக்கின்ற ஒரு விதமான "வீர வழிபாட்டுத்தனம்" குறிப்பாக யதார்த்தத்திற்கு மாறாக மகன் பற்றி 24 வருடங்களின் பின்னர் தெரியவரும் "உண்மைக்கு" அவர் எதிர்வினையாற்றுகின்ற விதம் பற்றி உரையாடவேண்டியது அவசியம் என்று கருதுகின்றேன். அதனை தமிழ்நதி வெளிப்படுத்துகின்ற விதத்தில் கைது செய்யப்பட்ட மகன் பின்னர் விடுதலையாகி நேரடியாக விடுதலைப் புலிகள் இயக்கத்தில் போய் இணைந்து போரிட்டு வீரச்சாவடைந்தான் என்று எழுதிச் செல்கின்றபோது அதனை வீரம் என்றோ பழிவாங்கும் உணர்வென்றோ விடுதலை உணர்வென்றோ அவர் கருதியிருக்கக் கூடும். ஆயினும் இந்த இடம் யதார்த்தமாக இல்லாமல் இருப்பதுடன் மிகைப்படுத்தலாகவும் தோன்றுகின்றது. இதனை தமிழ்நதி முன்வைக்கின்ற தேசியவாதம் மற்றும் அவரது உணர்வுநிலை சார்ந்த பிரச்சனைகளாக எடுத்துக்கொள்ளலாம். அதற்கு அப்பால், சங்ககாலத்தில் சொல்லப்பட்ட மறத்தாயின் தொடர்ச்சியாகக் கொள்ளக்கூடிய

இந்தக் கதையில் வருகின்ற சித்திகரிப்பின் காரணமாக கதையானது இன்னொரு நடைமுறைப் பிரச்சனையை எப்படிக் கையாளுகின்றது என்பதையும் பார்க்க வேண்டி இருக்கின்றது.

கதையில் இராணுவத்தால் பதினேழு வயது கோகுலன் கைது செய்யப்படுகின்றான். அவன் கைது செய்யப்பட்ட பின்னர் அவனைத்தேடி அவனது தாய் தொடர்ந்து போராடுகின்றார். தாயின் பார்வையூடாக ஒரு அப்பாவி இளைஞன் கைது செய்யப்பட்டு காணாமல் ஆக்கப்பட்டதான ஒரு விம்பம் காண்பிக்கப்படுகின்றது. காணாமற் போன மகனைத் தேடி உளையும் தாய்மனமும் அவர் படும் பாடுகளும் தொடர்ந்து காண்பிக்கப்படுகின்றன. அவர் படும் அலைச்சல்களைப் பார்த்துச் சகிக்க முடியாத பக்கத்து வீட்டு கணேசரத்தினம் மாஸ்ரர் அவரையும் கூட்டிக்கொண்டு கோகுலனைத் தேடி அலையும்போது வெலிக்கடைச் சிறைச்சாலையின் அதிகாரியொருவர் கோகுலனை ஆயிரத்துத் தொளாயிரத்துத் தொண்ணூற்றைந்தாம் ஆண்டு ஏப்ரல் மாதம் தாங்கள் விடுதலை செய்துவிட்டதாகக் கணேசரத்தினத்தினத்திடம் தனியாகக் கூறுகிறார். அதை நம்பாமலே தனது மகனை இன்னமும் தேடுகிறார் ஞானம்மா. இடையில் சிலர் ஞானம்மாவின் மகனை இயக்கக் கூட்டங்களில் உரையாற்றும்போது கண்டதாகக் கூறுகின்றார்கள். ஆனாலும் ஞானம்மா தனது மகன் இன்னும் கைது செய்யப்பட்டு இருப்பதாகவே நம்பித் தொடர்ந்து தேடுகின்றார். காணமற் போனவர்களுக்கான வெவ்வேறு போராட்டங்களிலும் காணாமல் ஆக்கப்பட்ட தனது மகனுக்காக நீதி கேட்டுப் போராடுகின்றார் ஞானம்மா.

இன்று வரை போர்க் குற்றங்களுக்கான விசாரணைகளின்போதும் மக்கள் நீதி கேட்டு நடத்தும் பல்வேறு போராட்டங்களிலும் காணமல் ஆக்கப்பட்டவர்களுக்கான போராட்டங்கள் முதன்மையானதாக இருக்கின்றன. சென்ற ஆண்டு இலங்கையின் வடபகுதியில் பல்வேறு இடங்களிலும் காணாமல் ஆக்கப்பட்டோருக்கான போராட்டங்கள் நடந்தன. தொடர்ச்சியான உண்ணாவிரதப் போராட்டங்களுடன் எழுச்சியாக தொடங்கிய இந்தப் போராட்டங்கள் தீர்வு கிடைக்காமலேயே தேக்கமடைந்தன. இதுபோன்ற விடயங்கள் கலை இலக்கியப் படைப்புகள் ஊடாக வெளிப்படுத்தப்படுவதும் பதிவுசெய்யப்படுவதும் மிகவும்

அவசியமானது. ஆனால் இந்தக் கதையின் பிற்பகுதியில் இடம்பெறும் சம்பவங்களோ இந்த நோக்கிற்கே எதிரானதாக மாறிவிடுகின்றன. கைது செய்யப்பட்டு காணாமற்போன நகுலனின் அறையின் கூரையில் இருந்து பொதி ஒன்று 20க்கு மேற்பட்ட வருடங்களுக்குப் பிறகு கண்டுபிடிக்கப்படுகின்றது.

“பொதியினுள் சில புகைப்படங்கள், துண்டுப்பிரசுரங்கள், சிவப்பு மட்டையிடப்பட்ட சிறிய புத்தகம்... புகைப்படங்களில், ஊருக்குள் இயக்கமென்று அறியப்பட்ட இளைஞர்களோடு கோகுலன் நின்றான்.

“அவனுக்கு புலியளோட தொடர்பிருந்திருக்கு. துண்டுப் பிரசுரமெல்லாம் வைச்சிருந்திருக்கிறான்” அன்றிரவு சாப்பிடும்போது அம்மாவிடம் சொன்னான்.

“இயக்கத்திலை இருந்தவங்களெல்லாரையுமா ஆமி பிடிச்சுக்கொண்டு போயிட்டான்?”

ஞானம்மாவுக்கு இயக்கம், துப்பாக்கி, விடுதலை, துண்டுப்பிரசுரம் எதைப் பற்றியும் தெரியாது. தன்னிடமிருந்து தனது மகனைப் பிரித்தெடுக்க யாருக்கும் உரிமையில்லை. அவருக்குத் தெரிந்த நியாயம் அவ்வளவுதான்.”

அதற்குப் பிறகு கதையின் இறுதிப் பகுதியில் நகுலன் உண்மையாகவே ராணுவத்தால் விடுதலை செய்யப்பட்டான் என்றும், அவன் தாயைக் கூட பார்க்கவராமல் நேரடியாகவே இயக்கத்தில் இணைந்து போராடி மரணமடைந்தான் என்றும் தெரியவருகின்றது. அவன் கைது செய்யப்பட முன்னர் காதலித்த பெண், அவன் இறந்துவிட்டான் என்று அறிந்த பின்னரே திருமணம் செய்தார் என்று காலக் கணக்கு செய்து இறும்பூது அடைகின்றாள் ஞானம்மா, “உங்களைக் கண்டபிறகு இயக்கத்துக்குப் போக மனம் வராதெண்டபடியாலைதான் இங்க வராமல் நேரை இயக்கத்திலை போய்ச் சேர்ந்திருக்கிறான்” என்று சொல்லும் அற்புதனுக்கு “அதில்லை. என்ரை பிள்ளைக்கு எவ்வளவு அடி அடிச்சிருந்தால் அவன் என்னைக்கூடத் தேடி வராமல் இயக்கத்துக்குப் போயிருப்பான்!” என்று கூறுகிறாள் ஞானம்மா. உண்மையில் காணமல் ஆக்கப்பட்டவர்கள் என்கிற முக்கியமான விடயத்தினை எழுதத் தொடங்கி, காணாமல் ஆக்கப்பட்ட மகனுக்காக நீதி கேட்டு அலையும் தாயை

முன்னிறுத்தும் கதையானது மகன் வீரச்சாவடைந்தான் என்று பூரிக்கும் புறநானூற்றுத் தாயாக மாற்றுகின்ற அபத்தமாக மாறி நிற்கின்றது என்றே சொல்லவேண்டும்.

இந்தக் கதையில் இராணுவ அதிகாரி ஒருவர் ஏற்கனவே நகுலனை விடுதலை செய்துவிட்டோம் என்று சொல்கின்றார். அதைக் கேட்டு பரிகாசமாகச் சிரிக்கின்றார். மகனை விடுதலை செய்யவேண்டும் என்று கேட்டும், காணாமல் ஆக்கப்பட்ட மகனுக்கு என்ன நடந்தது என்றும் கேட்டும் தொடர்ந்தும் போராடுகின்றார். கடைசியில் உண்மையாகவே மகன் இராணுவத்தால் ஏற்கனவே விடுதலை செய்யப்பட்டான் என்றும் அதன் பிறகு அவன் இயக்கத்தில் சேர்ந்து இறந்தான் என்றும் அறிந்து அவர் அமைதி அடைகின்றார் என்பதை என்னவென்று சொல்வது? போரில் மகன் இறந்தான் என்று கேட்டதும் காயம் முதுகிலா நெஞ்சிலா என்று கேட்ட புறநானூற்றுத்தாயின் புதிய அவதாரமா ஞானம்மா? காணாமல் ஆக்கப்பட்டோரின் சார்பாக அவர்களின் குடும்பத்தினர், அவர்கள் நிரபராதிகள் என்றும் அப்பாவிகள் என்றும் தொடர்ந்தும் வாதிட்டு வருகின்றபோது, அரசோ அவர்கள் இயக்கத்துடன் தொடர்புடையவர்கள் என்கிறது அல்லது அவர்கள் தம்மிடம் இல்லை என்கிறது அல்லது கள்ள மௌனம் சாதிக்கின்றது. இப்படியான ஒரு அவல நிலையில் காத்திருப்பு என்ற இந்தக் கதை சொல்லும் வீரமும், பெருமிதமும் அபத்தமாகத் தெரிவதுடன் காணாமல் ஆக்கப்பட்டோரின் போராட்டத்துக்கான வலுவைக் குறைத்தும் விடுகின்றது.

ஜனவரி, 2018.

நந்திக்கடல் பேசுகிறது
தொகுப்பை முன்வைத்து...

ஈழப்போராட்டத்தில் முள்ளிவாய்க்கால் அழிவுகள் குறித்தும் தமிழர் மீது நிகழ்த்தப்பட்ட இனப்படுகொலை குறித்தும், பின்போர்க்கால நிலைமைகள் குறித்ததுமான பல்வேறு தொகுப்புகளும் அறிக்கைகளும் பதிவுகளும் வெவ்வேறு தரப்பினரால் வெளியிடப்பட்டுள்ளன என்றாலும் இன்று வரை போரினால் நிகழ்த்தப்பட்ட அழிவுகள் முழுமையாக ஆவணப்படுத்தப்பட்டு முடியவில்லை என்பதே உண்மை. அதுபோல போர் நிறைவடைந்த பின்னரும் தொடருகின்ற பண்பாட்டு இனப்படுகொலையும் அதற்குரிய விழிப்புணர்வை ஏற்படுத்தக்கூடிய விதத்தில் அம்பலப்படுத்தப்படவில்லை. இவை குறித்த செய்திகளும் பதிவுகளும் பெரும்பாலும் தனித்த சம்பவங்களாகவே கடந்து செல்லப்படுகின்றன. இத்தகைய சூழலில் இந்த அழிவுகளை ஆவணப்படுத்துவதில் இருக்கின்ற குறைகளைப் பற்றிய பிரக்ஞையுடன் ஊறுகாய் மற்றும் வொய்ஸ் வெளியீடாக "நந்திக்கடல் பேசுகிறது: பின்போர்க்காலமும் களப்பதிவுகளும்" என்கிற நூல் ஜெராவைத் தொகுப்பாசியராகக் கொண்டு 2019 இல் வெளியாகி இருக்கின்றது. இத்தொகுப்பின் நோக்கம் என்னவென்பது குறித்து நூலுரையில் பின்வருமாறு குறிப்பிடுகின்றனர்,

"போர் நிறைவடைந்து பத்தாண்டுகளுக்குள் தமிழர்களாகிய நாம் ஆவணப்படுத்தி வரலாற்றுப் பாடமாக சந்ததி கடத்த வேண்டிய பல்வேறு விடயங்கள் பேசப்படாமல் இருக்கின்றன. ஆவணப்படுத்தப்படாமல் இருக்கின்றன. வேகமாக அழிந்து வரும், கலப்புக்கு உள்ளாகி வரும் இனம் என்ற வகையில் நம் முன் இருக்கும் முக்கிய பணியை தவறவிட்டு வருவது பரவலாக உணரப்படுகின்றது"

போரின்போதும் போருக்குப் பின்னைய காரணிகளாலும் ஏற்பட்ட "பின்போர் விளைவுகளையும்" திட்டமிட்ட முறையில் தொடர்ந்து நடத்தப்படும் பண்பாட்டு இனப்படுகொலையையும் பதிவுச்செய்வதாகவும் ஆவணப்படுத்துவதாகவும் இத்தொகுப்பு அமைகின்றது. அதன் நிமித்தம் தொகுக்கப்பட்ட 41 கட்டுரைகள் இத்தொகுப்பில் இடம்பெறுகின்றன. முள்ளிவாய்க்கால் போர் தொடர்பாகவும் போருக்குப் பிந்தைய நிலைமைகள் தொடர்பாகவும் வெளிவந்த பெரும்பாலான அறிக்கைகளும் ஆய்வுகளும் தரவுகள், புள்ளிவிபரங்கள் போன்றவற்றை உள்ளடக்கி ஐநா மற்றும் மனித உரிமை அமைப்புகளுக்குச் சமர்ப்பிக்கின்ற நோக்குடன் எழுதப்பட்டவையாகவோ அல்லது ஆய்வுநோக்கில் எழுதப்பட்டவையாகவோதான் அமைந்திருக்கின்றன. மாறாக இந்த நூலில் முக்கியத்துவம் கொடுக்கப்பட்டுள்ள காணமல் ஆக்கப்பட்டவர் பிரச்சனைகள், நுண்கடன் பிரச்சனைகள், முன்னாள் போராளிகள் எதிர்கொள்ளுகின்ற பிரச்சனைகள் உள்ளிட்டவற்றை பாதிக்கப்பட்ட மக்களிடம் நேரில் சென்று உரையாடி அவர்களது வாய்மொழிப்பதிவுகளைத் தொகுத்துக் கட்டுரையாக்கும் போக்கு தனித்துவமாகத் தெரிகின்றது. பாதிக்கப்பட்டவர்களின் குரல்களிலேயே அவை தொகுக்கப்பட்டிருப்பதுடன் அதனால் உருவாகக்கூடிய ஜனநாயகத்துக்கான வெளியும் முக்கியமானதாகும். சமகாலத்தில் அபிவிருத்தி என்ற பெயரால் நிகழ்த்தப்படும் குடியேற்றங்கள், நில ஆக்கிரமிப்பு, நினைவேந்தலின் தேவையும் நினைவுகூரும் உரிமை மறுக்கப்படுதலும், பெண் தலைமைத்துவக் குடும்பங்களின் உருவாக்கம், கடல் அபகரிப்பு, மரபுரிமைகள் அடையாளம் மாற்றப்பட்டல் ஆகிய பிரச்சனைகளைப் பற்றியதாக அமைந்திருக்கின்ற ஏனைய கட்டுரைகளும் கூட எளிமையாகவும் சுருக்கமாகவும் அமைந்திருப்பதும் முக்கியமானதாகும். குறித்த நோக்கத்திற்காக செயற்படுபவர்கள் அந்த விடயம் பற்றிய புரிதலும் விழிப்புணர்வும் பரவலாக மக்களைச் சென்றடையவேண்டும் என்பதில் கவனம் செலுத்துவது முக்கியமானது. இந்த நூலின் உள்ளடக்கமும் வடிவமும் நூல் பரந்துபட்ட மக்களைச் சென்றடையக் கூடியதாக அமைகின்றது.

பின்போர்க்காலத்தின் மோசமான விளைவுகளில் ஒன்றாக நுண்கடன் பிரச்சனைகளைச் குறிப்படலாம். இத்தொகுப்பில் செ. ராஜசேகர் எழுதியிருக்கின்ற "கையேந்தும் கலாச்சாரத்தைத்

தந்துவிட்டுப்போன 2009" என்கிற கட்டுரை நுண்கடன்களால் நிகழும் கொடுமைகளைப் பற்றிக் கூறுகின்றது. வங்கிக் கடன்களுக்கான வட்டி 8% ஆகவும், சுயதொழிலுக்கான கடன் வட்டி 14% ஆகவும், அடகு வைக்கும்போதான வட்டி 15% 21% ஆகவும் இருக்கின்றபோது நுண்கடன் 40% 220 % இருப்பதாகக் கூறும் இக்கட்டுரை நுண்டகடன்களால் பாதிக்கப்பட்டவர்கள் பலரின் கதைகளையும் கூறுகின்றது. நுண்கடன்களை வழங்குபவர்கள் பெண்களைப் பொறுப்பாக வைத்தே நுண்கடன்கள் வழங்கும் நடைமுறையைக் கொண்டுள்ளனர், இது ஒருவிதத்தில் சமூகத்தில் பெண்கள் பற்றி இருக்கக்கூடிய பொதுப்புத்தி சார்ந்த அடையாளத்தைப் பேணுகின்ற போக்கினை வைத்துச் செய்கின்ற சுரண்டலேயாகும். அதிகரித்து வருகின்ற தற்கொலைகள், மன அழுத்தம் / உளவியல் தாக்கம் என்பவற்றுக்கும் நுண்கடன்களுக்கும் இருக்கின்ற தொடர்புகள் குறித்து ஆராய்வதுடன் நுண்கடன்கள் கொடுப்பவர்களுக்கான நிதிமூலங்கள் யாவை, புலம்பெயர் தமிழர்களுக்கும் நுண்டகடன்களுக்கும் இருக்கக்கூடிய தொடர்பு என்பன குறித்தும் ஆய்வுகளை நீட்டிப்பது அவசியம் என்றே கருதுகின்றேன்.

இத்தொகுப்பில் பரணி கிருஷ்ணரஜனி எழுதிய "இன அழிப்புப் பின்புலத்தில் பெண்கள்", "நந்திக்கடல் கோட்பாடு ஒரு அறிமுகம்" என்கிற இரண்டு கட்டுரைகள் இருக்கின்றன. இன அழிப்புப் பின்புலத்தில் பெண்கள் என்கிற கட்டுரை இனப்படுகொலைகளின் போது பெண்கள் மீது நிகழ்த்தப்படுகின்ற வன்முறைகள் குறித்தும் அவை குறித்த இனத்தவருக்கு ஏற்படுத்தக்கூடிய உளவியல் தாக்கம் குறித்தும் கூறுகின்றது; அவை முக்கியமான விடயங்கள். ஆனால் அவற்றுக்கான தீர்வுகளாக இந்தக் கட்டுரை குடும்ப அமைப்பைப் பேணுவதையும் குழந்தைகளை அதிகம் பெற்றுக்கொள்வதையும் முன்வைக்கின்றது. இந்தக் கட்டுரையில் சொல்லப்படுகின்ற பிரச்சனைகள் இருப்பது உண்மையென்றாலும் அதற்காக முன்வைக்கின்ற தீர்வு மோசமான பின்விளைவுகளை ஏற்படுத்தக் கூடியது. பெண்ணுரிமையையும் இனத்தின் பண்பாட்டையும் ஒரே சமயத்தில் காப்பதில் சிக்கல்கள் இருப்பதாகப் பேசுகின்ற இந்தக் கட்டுரை இனத்தூய்மையையே மறைமுகமாக முன்னிறுத்துவதாகத் தெரிகின்றது. அதற்காகப் பெண்ணுரிமையை விட்டுக்கொடுக்கவேண்டும் என்று மறைமுகமாக

அழுத்தம் கொடுக்கின்றது. தேசியவாதத்தை முன்வைத்துச் செயற்படுபவர்கள் அதன் உள்ளடக்கமாக சமூகநீதி இருக்கவேண்டும் என்பதை கட்டாயமான நிபந்தனையாக கவனத்திற்கொள்ளவேண்டும். அப்படி இல்லாமல் இனத்தூய்மையின் அடிப்படையில் தேசியத்தைக் கட்டவெளிக்கிட்டால் அது பாசிசத்துக்கே அழைத்துச்செல்லும். அதுபோல பரணி கிருஷ்ணரஜனி எழுதியுள்ள மற்றோரு கட்டுரையான "நந்திக்கடல் கோட்பாடுகள் ஓர் அறிமுகம் என்ற கட்டுரையும் அதில் அவர் முன்வைக்கின்ற விடயங்களும் கடுமையாக விமர்சிக்கவும் நிராகரிக்கவும்பட வேண்டியன. தற்செயல் நிகழ்வுகளையெல்லாம் திட்டமிட்ட தந்திரோபாயங்களாகவும் வியூகங்களாகவும் கட்டமைத்து எழுதிக் குவிக்கும் இப்படியான கட்டுரைகள் மக்களை ஏமாற்றும், வீணாக உணர்ச்சிவசப்பத்தி மந்தைத்தனமாக வைத்திருக்கும் செயல்.

குடியேற்றத் திட்டங்களின் மூலம் செய்யப்படும் நில அபகரிப்பு, அபிவிருத்தித் திட்டம் என்ற பெயர்களில் தொடர்ந்து நடந்துவரும் நில அபகரிப்பு என்பன குறித்த கட்டுரைகள் மகாவலி அபிவிருத்தித் திட்டம், வெலி ஓயா அபிவிருத்தித் திட்டம், வவுனியாவில் நடந்துள்ள குடியேற்றங்கள், பெயர் மாற்றங்கள் என்பற்றைப் பற்றிக் கூறுகின்றன. ஜெனோஜன் எழுதியிருக்கின்ற "தமிழர் நீக்கம் செய்யப்படும் தமிழர் தலைநகரம்" என்ற கட்டுரையில் திருகோணமலையை மையமாக வைத்து நடக்கின்ற

➢ அபிவிருத்தியின் பெயரிலான நில அபகரிப்பு

➢ முஸ்லிம்களாலும் இராணுவத்தினராலும் பழங்குடி மக்களின் நிலம் அபகரிக்கப்படுதல்

➢ வனவளத் திணைக்களத்தினூடாக நிலம் அபகரிக்கப்படலும் சேனைப்பயிர்ச்செய்கையைத் தடைசெய்துவருவதால் மக்கள் எதிர்கொள்ளும் வாழ்வாதார நெருக்கடிகளும்

➢ தொல்பொருட் திணைக்களத்தின் நிலக்கையகப்படுத்தல்கள் (பல்வேறு வரலாற்றுப் பின்னணி கொண்ட இடங்கள் பற்றி வரலாற்றுத் திரிபொன்றை ஏற்படுத்தி மக்கள் குடியேறவோ கடமைகளைச் செய்யவோ முடியாத இடமாகப் பிரகடனம் செய்தல்)

➢புத்தர் சிலைகளை நிறுவி அதனூடாப் புனையப்படும் வரலாறு

ஆகியவற்றைப் பற்றிச் சுருக்கமாகவும் விளக்கமாகவும் எழுதப்பட்ட நல்லதோர் கட்டுரை. வரலாற்று ரீதியாக தமிழர்கள் தொடர்ந்து வாழ்கின்ற பல்வேறு பிரதேசங்களிலும் நடக்கின்ற திட்டமிடப்பட்ட அரச ஆக்கிரமிப்புகளை இந்தக் கட்டுரையைச் சட்டகமாக வைத்து இலகுவாகப் புரிந்துகொள்ளமுடியும்.

ஈழத்தமிழருக்கு நடந்த இனப்படுகொலைக்கு நீதிவேண்டி போராடிவருகின்ற அமைப்புகள் கூட இனப்படுகொலை என்றால் என்ன என்பது பற்றிய பிரக்ஞையை வெகுஜனமக்களிடம் எடுத்துச் செல்வதற்காகப் போதியளவு வேலைசெய்யவில்லை என்றே சொல்லவேண்டும். இனப்படுகொலை என்பது வெகுஜன மக்களிடம் ஒரு "சொல்லாகவே" பதியவைக்கப்பட்டிருக்கின்றதே அன்றி ஒரு அரசியல் சொல்லாடலாக அது சென்றடையவில்லை. அந்தவிதத்தில் பார்க்கின்றபோது சேரனும் ஷெரின் ஐக்கனும் சேர்ந்து எழுதியுள்ள "ருவாண்டா மற்றும் இலங்கை" இரு இனப்படுகொலைகளின் கதை என்கிற கட்டுரை முக்கியமானது. இக்கட்டுரை ருவாண்டாவிலும் இலங்கையிலும் நட்ந்த இனப்படுகொலைகள் குறித்தும் அவற்றிற்கிடையிலான பொதுத்தன்மைகள் குறித்தும் கூறுகின்றது. ஈழத்தமிழர்கள் தமது உரிமைகளுக்குக் குரலெழுப்பும்போது அமெரிக்கா, இங்கிலாந்து, இந்தியா என்று, பிறநாடுகள் மீதும் தேசிய இனங்கள் மீதும் ஒடுக்குமுறையைச் செய்கின்ற நாடுகளிடமே தமக்கு ஆதரவு கேட்பது வழமை. மாறாக இனப்படுகொலையால் பாதிக்கப்பட்ட தேசிய இனத்தவர்களுடன் உரையாடுவதும் அவர்களை எமது உணர்வுத்தோழமைகளாக வென்றெடுப்பதுமே ஆக்கபூர்வமானதும் வினைத்திறன் தருவதுமாகும்.

நினைவேந்தல்களின் தேவையும் நினைவுகூர்வதற்கான உரிமைகள் மறுக்கப்படுவதும் பற்றிய கட்டுரைகளில் வண. பிதா அருட்திரு. எழில்ராஜன் எழுதிய "பின் முள்ளிவாய்க்கால் வரலாற்றுத்தளத்தில் நினைவுத்திறம்" என்கிற கட்டுரையும் பாசன அபேவர்த்தன எழுதிய "பத்தாண்டுகளில் முள்ளிவாய்க்கால் மரபு" என்ற கட்டுரையும் முக்கியமானவை. இந்தக் கட்டுரைகள் எழுதப்பட்டு இத்தொகுப்பு வெளிவந்தபோது இருந்ததை விட

நினைவுகூர்வதற்குரிய உரிமைகள் மோசமாக மறுக்கப்பட்டிருக்கின்ற சூழலில் இந்தக் கட்டுரைகள் இன்னும் முக்கியத்துவமானவை. "இலங்கையின் நீதி" என்கிற கட்டுரையும் "போருக்குப் பின்னரான பத்தாண்டுகளில் தமிழ் ஊடகத்துறை" என்கிற கட்டுரையும் ஊடகத்துறையும் நீதித்துறையும் எப்படி செயலிழந்துபோயுள்ளன என்பதைக் காட்டுவன, குறிப்பாக நீதித்துறை பற்றிய கட்டுரையில் 1996 இல் மூதூர் குமாரபுரத்தில் நடைபெற்ற கொலைகளுக்கும் 2006 ஜனவரியில் திருகோணமலை கடற்கரையில் வைத்து 5 மாணவர்கள் சுட்டுக்கொல்லப்பட்டதற்குமான நீதிமன்ற விசாரணைகளில் பாதிக்கப்பட்டவர்களுக்கு நீதி மறுக்கப்பட்டதைச் சுட்டிக்காட்டுகின்றது.

இத்தொகுப்பில் உள்ள விடயங்களை ஏற்கனவே தெரிந்தவையும் கேள்விப்பட்டவையும் என்று தோன்றக்கூடும். ஆனால் ஒரு தொகுப்பாக அவை நூலுருவில் வெளிவந்திருப்பது முக்கியமானது. அதனூடாக ஒரு உரையாடலையும் அறிவூட்டலையும் ஒருங்கே தொடக்கக் கூடியதாக இருக்கின்றது.

டிசம்பர், 2019.

தமிழ்நதியின் பார்த்தீனியம் நாவல்

தமிழ்நதியின் பார்த்தீனியம் நாவல் அது வெளியாவதற்கு முன்னரே கவனயீர்ப்பை ஏற்படுத்தியிருந்ததுடன் வெளியீட்டிற்குப் பின்னரும் பரவலான கவனத்தைப் பெற்றிருக்கின்றது. ஏற்கனவே வெளிவந்த அவரது புனைவுகளின் சுவாரசியமான மொழியோ அல்லது அவரது அரசியல் நிலைப்பாடோ அல்லது இரண்டுமோ அதற்குக் காரணமாயிருக்கலாம். ஈழத்தில் இந்திய இராணுவம் செய்த அழிவுகளைப் பதிவுசெய்திருக்கின்ற, "உண்மையான வரலாற்றைப் பேசுகின்ற" நாவல் என்கிறதான தமிழ்நதியின் பிரகடனம் இந்த நாவலை என்னையும் ஆர்வத்துடன் வாசிக்கத் தூண்டியது. இந்தக்கட்டுரை அந்த அடிப்படையில் பார்த்தீனியம் நாவலின் வரலாற்று உண்மைத்தன்மையைப் பிரக்ஞை பூர்வமாக அணுகுவதாக இந்தக் கட்டுரை அமைகின்றது.

இந்நாவலானது ஈழப்போராட்டத்தில், பெருமளவு இளைஞர்கள் ஆயுதப் போராட்டத்தில் இணைந்துகொள்ளத் தொடங்கிய 80களின் தொடக்கப்பகுதியில் இருந்து ஆரம்பித்து இந்திய இராணுவம் ஈழத்தை விட்டு வெளியேறிய காலப்பகுதியை ஒட்டியதாக நிறைவுறுகின்றது. வானதி வசந்தன் / பரணியை பிரதான கதாபாத்திரங்களாகக் கொண்டு நகரும் இந்நாவல், 3 பிரதான தளங்களில் நகர்கின்றது.

➤ வானதிக்கும் வசந்திக்கும் இடையிலான காதல் முகிழ்வதில் இருந்து வசந்தன் விடுதலைப் புலிகள் இயக்கத்தில் இணைந்து பரணியாக இந்தியாவில் ஆயுதப் பயிற்சி பெறுகின்ற காலப்பகுதி

- பரணி, இலங்கை திரும்பி அரசியல் வேலைகளிலும் இயக்கப் பணிகளிலும் ஈடுபடுவது. இயக்கம் பற்றிய பற்றுறுதியும் கனவுகளும் கொண்டவனாக வசந்தன் இருந்த காலப்பகுதி

- இந்திய இராணுவ வருகையும் அதனூடாக மக்கள் எதிர்கொள்ளும் வதைகளும் இயக்கங்கள் பற்றிய கனவுகளின் வீழ்ச்சியுமாக இக்காலப்பகுதி நகர்கின்றது

ஆயினும் இந்நாவலின் பிரதான பேசுபொருளாக ஈழத்தில் இந்திய இராணுவத்தின் காலப்பகுதியில் செய்யப்பட்ட கடுமையான சித்திரவதைகள், குற்றச் செயல்கள், பாலியல்ரீதியான குற்றங்கள், வன்புனர்வுகள், கொலைகள் என்பவற்றை எடுத்துரைப்பதாகவும் பதிவுசெய்வதாகவும் அமைகின்றது. ஒருவிதத்தில் அதுவே இந்நாவலின் நோக்கமாகவும் அமைந்திருக்கக் கூடும். அந்தப் பின்னணியில் வைத்துப் பார்க்கின்றபோது எனக்கு வரலாற்றைப் புனைவொன்றினூடாக எழுதுவதன் சாதக பாதகங்கள் பற்றிய கேள்விகள் எழுகின்றன. கட்டுரைகளையும் ஆய்வறிக்கைகளையும்விட மக்களை இலகுவாகச் சென்றடையக்கூடியதாகவும், உணர்வுரீதியான தாக்கத்தை ஏற்படுத்தக் கூடியதாகவும் புனைவுகள் அமைகின்றன என்பது உண்மையே. அதன் காரணத்தாலேயே அரசியல்/சமூகச் செயற்பாட்டாளர்கள் தொடர்ச்சியாக புனைவுகளூடாக தமது உரையாடல்களை மக்களுடன் மேற்கொள்ள விரும்புகின்றார்கள். ஈழத்துப் பேராசிரியர்களில் தலையாயவராக நான் கருதுகின்ற பேராசிரியர் க. கணபதிப்பிள்ளை 50களுக்கு முன்னரே, புனைவுகளினை இவ்வாறான நோக்கத்துடன் கையாளுவதன் அவசியம் பற்றி பலதடவைகள் எடுத்துரைத்திருக்கின்றார். தமிழ்நதியும் அந்தத் தேவையை உணர்ந்தவராகவே இருக்கின்றார. அந்தப் புரிதலுடன் நாம் நாவலைப் படிக்கின்றபோது இந்த நாவல் யாருக்காக அல்லது யாருடன் எதை உரையாடுவதற்காக, எழுதப்பட்டது என்கிற கேள்வி எழுகின்றது. கூடவே இந்த நாவல் கூறுகின்ற வரலாறானது வளைத்து அல்லது விடுபடல்களுடன் கூடியதாக எழுதப்பட்டிருக்கின்றது என்பதையும் சுட்டிக்காட்ட வேண்டியிருக்கின்றது. ஒரு படைப்பாளிக்கு தான் எழுதுவது எதை என்பதை தேர்ந்தெடுக்க, அல்லது தீர்மாணிக்கக் கூடிய சுதந்திரம் இருக்கின்றது என்பதாக எழக்கூடிய வாதத்திற்கு எதிராக, படைப்பாளியின் சுதந்திரம் எதிர் பொறுப்புடைமை

என்கிற கோணத்தில் இந்த விடயத்தை எதிர்கொள்ளவேண்டும் என்று கருதுகின்றேன்.

வரலாற்றைப் பதிவுசெய்யவேண்டும் என்ற நோக்கத்துடனோ அல்லது வரலாற்றுப் பின்புலத்துடனோ எழுதப்படும் நாவல்களில் இடம்பெறும் விடுபடல்களும் போதாமைகளும் ஏற்படுத்தக் கூடிய எதிர்விளைவுகள் பற்றிய பிரக்ஞையுடனே இதை அணுகவேண்டியிருக்கின்றது. பார்த்தீனியம் நாவலின் என்னுரையில் கூட தமிழ்நதி பின்வருமாறு குறிப்பிடுகின்றார், ஆயினும் அதனை நாவலூடாக எவ்வளவுதூரம் செய்யமுடிந்தது என்பது பற்றிப் பேசவேண்டியிருக்கின்றது.

“1983-1990 காலப்பகுதியில், நேர்முகமாக நான் கண்டதை, அனுபவித்ததை, உய்த்து உணர்ந்ததை, கேட்டறிந்ததை எனது பார்வையில் நாவலாக எழுதியிருக்கிறேன். மனச்சாய்வுகளை, பக்கச்சார்பின் பள்ளங்களை உண்மையைக் கொண்டு நிரப்பும் கடமை அரசியல்வரலாற்றினைத் தொட்டெழுதும் படைப்பாளிக்கு உள்ளது எனும் பிரக்ஞையோடே இதை எழுதினேன். புனைவிலக்கியத்தில் அத்தகைய பிரக்ஞை நிலை கலையின் இயல்பான ஓட்டத்திற்கு எதிரானது என்று சிலர் கூறக்கூடும். அரசியல் புதினங்களில் வரலாறு குறித்த பிரக்ஞையோடு இயங்கவில்லை எனில், அதுவும் கலைக்கு அடிப்படையாக இருக்கவேண்டிய நேர்மைக்கு எதிர்த்திசையில் செல்லக்கூடியதே (பக்கம் 5)”

பார்த்தீனியத்தைப்போல சம்பவங்களும் வரலாற்று நிகழ்வுகளும் பதிவுசெய்யப்பட்ட ஆவணங்கள் அந்தச் சமூகங்கள் குறித்தும் அரசியல் குறித்தும் நீண்டநாட்களின் பின்னர் இடம்பெறும் வரலாற்று எழுதுகைகளுக்கும், வரலாற்று ஆய்வுகளுக்கும் வரலாற்றுப் பின்னணியுடனான புனைவுகளின் எழுதுகைகளுக்கும் மூல ஆவணங்களாகவும் ஆதாரங்களாகவும் அமைகின்றன. துரதிஸ்ரவசமாக, சரியான முறையில் பதிவுகள் செய்யப்படாத எமது சமூகத்தைப் பொறுத்தவரை, வரலாற்று எழுத்துகளும், வரலாற்றின் அடிப்படையிலான புனைவுகளும் சரி நினைவுகளில் இருந்தும் சாய்வுகளில் இருந்துமே எழுதப்படுகின்றன. அதன் தொடர்ச்சியாகவும், மக்களிடம் இருக்கக் கூடிய பிரக்ஞைக் குறைவு காரணமாகவும் வரலாற்றைப் புனைவாக எழுதுவதும்,

புனைவுகளினூடாகவே வரலாற்றை எழுதுவதும், புனைவுகளில் இருந்து வரலாற்றை அறிந்து கொள்வதுமான போக்கு அதிகரித்து வருவதாகவும், ஆரோக்கியமானதாகக் கூறப்படுவதாகவும் இருக்கின்றது. அந்தப் போதாமைகள் பார்த்தீனியத்திலும் இருக்கவே செய்கின்றன.

முக்கியமான குறைபாடாக, உண்மையான கதாபாத்திரங்களும், சம்பவங்களும் திட்டமிட்ட புனைவுகளுடனும், அனுமானங்களுடனும் சேர்ந்தே எழுதப்படுகின்றன. பிரபாகரன், மாத்தையா, கிட்டு, ராதா, உள்ளிட்ட விடுதலைப் புலிகள் இயக்கத்தின் தலைவரும் முக்கிய தளபதிகளும் அதே பெயரிலேயே கதாபாத்திரங்களாக வருகின்றனர். அதுபோலவே பிரபாகரன் திருமணம், ஆரம்ப காலப் பயிற்சிகள், ரீகன் கொலை, விஜிதரன் கொலை, புலிகளுக்கும் பிற இயக்கத்தினருக்குமான மோதல் என்கிற உண்மைச் சம்பவங்களும் விபரமாகக் குறிப்பிடப்படுகின்றன. ஆயினும் இவற்றை எழுதும்போது அவை இந்த நாவலில் படைப்பாக உள்வாங்கப்படாது இவற்றையெல்லாம் சொல்லவேண்டும் என்கிற கதை சொல்லியின் ஆதங்கத்துடனான குரலாகவே மாறிவிடுகின்றது. குறிப்பாக பயிற்சிக் காலம் (ஆறாம் அத்தியாயம், ஏழாம் அத்தியாயத்தின் பெரும்பகுதி) பற்றி இவ்வாறு குறிப்பிட்டலாம். அதுபோல விஜிதரன் கொலை பற்றி எழுதப்படும்போது அதில் உண்ணாவிரதம் இருந்த ஔவை, விமலேஸ்வரன் உள்ளிட்டவர்களது பெயர்கள் உட்பட விபரங்கள் தரப்பட்டிருக்கின்றன. ஆயினும் விஜிதரனைக் கொலை செய்தவர்கள் யார் என்று கிட்டத்தட்ட யாழ்ப்பாணத்தில் அன்றைய காலப்பகுதியில் இருந்த எல்லாருக்கும் தெரிந்த உண்மையை ஐயங்களுக்கு ஆதாரங்களில்லை என்று சொல்லிக் கடந்துபோவது ஏமாற்றமும் பலவீனமும் நிறைந்த புள்ளி. விஜிதரன் மட்டுமல்லாமல் விஜிதரன் கடத்தப்பட்டதற்கான உண்ணாவிரதம் இருந்தவர்களில் ஒருவராக பார்தீனியத்தில் குறிப்பிடப்படுகின்ற விமலேஸ்வரனும் கூட உண்ணாவிரதம் கைவிடப்பட்ட சிலநாட்களுக்குள்ளாகவே கொலைசெய்யப்பட்டார் என்பதுவே வரலாறு! அதுபோல பல்கலைக்கழகத்தை முக்கிய மையமாகக் கொண்டு நகரும் இந்த நாவலில், நாவல் நகரும் அதே காலப்பகுதியில் இடம்பெற்ற ராஜினி திரணகம கொலையும் குறிப்பிடவில்லை. ஈழப்போராட்டம் பற்றிய இதற்கு முன்னர்

தாயகக் கனவுகள் 111

வெளியான புனைவுகளிலும் ஏன் வரலாற்று எழுத்துகளிலும் கூட இதேமாதிரியான விடுபடல்கள் (அவரவரின் அரசியல் சார்பினால்) இருந்தே இருக்கின்றன. எனினும் வரலாற்றும் பார்வை என்று பார்க்கின்றபோது, எமது அரசியல் சாய்வுகளுக்கு அப்பால் இது போன்ற விடுபடல்களைக் கட்டாயம் சுட்டிக்காட்டி எழுதவேண்டி இருக்கின்றது.

இதுபோல நாவலில் ஒரு இடத்தில் புதியதோர் உலகம் நாவல் பற்றி வருகின்றபோது "அதை எழுதியவர் டொமினிக் என்பதாகக் குறிப்பிடப்படுகின்றது. இதுவும் சரி செய்யப்பட்டிருக்கவேண்டும். (விழாவின் முடிவில் ஏற்புரையில் தமிழ்நதி புதியதோர் உலகம் கோவிந்தனுக்கு டொமினிக் என்கிற புனைபெயரும் இருந்ததாக குறிப்பிட்டிருந்தார். விடியல் வெளியீடாக 1997 இல் வெளிவந்த நூலின் இரண்டாவது பதிப்பிலேயே "புதியதோர் உலகம் நூலாசிரியர் கோவிந்தன் குறித்த விபரங்கள் என்கிற தலையங்கத்தின் கீழ் தரப்பட்டுள்ளது. ஆயினும் 1985 இல் வெளியான முதலாவது பதிப்பில் இந்த விபரங்கள் இடம்பெறவில்லை என்றும் புதியதோர் உலகம் எழுதியவராக கோவிந்தன் என்ற பெயரே அந்தக் காலப்பகுதியில் அறியப்பட்டிருந்தது என்றே கருதுகின்றேன்.)

பொதுவாக ஒரு விடயத்தை சம காலத்தில் பார்க்கின்ற கோணத்துக்கும், நீண்டகாலத்திற்குப் பின்னர் பார்க்கின்ற கோணத்துக்கும் இடையே குறிப்பிடத்தக்க வேறுபாடுகள் இருக்கவே செய்யும். இடைப்பட்ட காலங்களில் நடந்திருக்ககூடிய நிகழ்வுகள், அவற்றின் பாதிப்புகள், மேலதிகமாக நாம் பெற்றுக்கொண்ட தகவல்கள் என்பனவற்றின் தாக்கத்தால் இந்த வேறுபட்ட கோணத்திலான பார்வை சாத்தியமாகும். ஒரு விதத்தில் அது தவிர்க்கமுடியாததும் கூட. ஆயினும் முன்னொருபோது நடந்த விடயங்களைப் பற்றி நீண்டகாலத்தின்பின்னர் எழுதும்போது, பின்னர் பெற்றுக்கொண்ட பார்வை மாற்றத்தினையும் சேர்த்து எழுதுவதில் சற்று அவதானமாக இருக்கவேண்டும். நிறைய இடங்களில் தமிழ்நதி இந்தத் தெளிவுடனேயே இருந்திருக்கின்றார் என்றபோதும் மாத்தையா பற்றி சித்திகரிப்பு ஆரம்பம் முதலே அவரை ஒரு எதிர்மறையான பாத்திரமாகவே சித்திகரிப்பதை அவதானத்துக்கு உரியதாக்கவேண்டி இருக்கின்றது.

நாவலில் பல்வேறு இடங்களில் கட்டுரைத் தன்மை ஒரு குறுக்கீடாக அமைந்தது என்பதைக் குறிப்பிடவேண்டும். "ஒக்ரோபர் மாதம் 10ம் திகதி அதிகாலை 5 மணிக்கு" என்றும், "பிரேமதாசா பதவியேற்று 11 நாட்களின் பின்னர் ஜனவரி 13ம் திகதி மன்னார் வீதியில் இந்திய இராணுவத்துடன் ஏற்பட்ட மோதலில்" என்றெல்லாம் வருகின்றபோது நாவலுக்கான மொழி பலவீனமாகி கட்டுரைத்தன்மை மேலோங்கிவிடுகின்றது. தமிழ்நதி இயல்பாகவே கவித்துவமும் மிகுந்த நுன்னுணர்வும் கொண்ட மொழி கைவரப்பெற்றவர். அவரது வழமையான இந்தப் பலம் அபூர்வமாகவே இந்த நாவலில்,

- காடு பற்றிக் குறிப்பிடும்போது "காடு பல்லுயிர்களால் ஆன பேருயிர்"

- சருகுகள் பற்றி "வெக்கையைக் குடித்த மயக்கத்தில் சுருண்டு கிடந்தன இலைகள்

- வீட்டுக்காரரின் கண்ணொன்று படமாக சுவரில் தொங்கிக் கொண்டிருப்பதாக தயாபரன் உணர்ந்தார்

- ஷெல் வீச்சு குறித்து "எரிந்து கொண்டுவரும் அன்னாசிப்பழங்கள்"

- இராணுவம் என்பது இரண்டுகாலுள்ள துப்பாக்கி, அதற்கு குண்டுகளாக மாத்திரமே பேசத்தெரியும்

என்று சில இடங்களில் காணக்கிடைக்கின்றன. முன்னர் சொன்னதுபோலவே "எமக்கு நடந்த கொடுமைகள் எல்லாவற்றையும் சொல்லித் தீர்த்திடவேண்டும்..." என்கிற படைப்பாளியின் ஆதங்கத்தின் விளைவாக இவ்விதம் அமைந்து இருக்கலாம். ஆனால் போரை முழுமையாக தகவல்பூர்வமாக பதிவுசெய்வதற்கான ஊடகம் புனைவு அல்ல என்றே கருதுகின்றேன். போரையும் போரின் விளைவுகளையும் உணர்வு பூர்வமாக அவற்றின் பாதிப்பின் வெளிப்பாடுகளாகப் பதிவுசெய்வதே புனைவினால் செய்யக்கூடிய சாத்தியமாக இருக்கும் என்று நினைக்கின்றேன். புனைவு என்று சொல்லி எழுதாதே வரலாற்றை என்பதை இங்கே நினைவுகூர வேண்டும். இந்நாவலின் பிரதான பாத்திரங்களாக பரணி, வானதி, தனபாக்கியம், தனஞ்செயன் உள்ளிட்ட கதாபாத்திரங்கள்

இருக்கின்றபோதும், நாவல் முழுவதும் கதை சொல்லி தான் சொல்லவந்த விடயங்களைச் சொல்லிச்செல்வதற்கே முதன்மை கொடுக்கப்பட்டு பாத்திரங்கள் ஒரு வித சடங்களாக, உயிர்ப்பாக வாசகரால் உணரப்படமுடியாதவர்களாகவே இருக்கின்றனர். இதன்காரணமாக பார்த்தீனியம், ஒரு கலைப்படைப்பாக உணரப்படாமல் தகவல்களின் தொகுப்பாக அமைந்துவிடுகின்றது.

இந்நாவலில் சீலன் என்கிற பாத்திரம் எனக்கு மிகவும் பிடித்ததாக இருந்தது. சாதியக் கொடுமைகளால் வஞ்சிக்கப்பட்ட சீலன் என்கிற சிறுவனின் பாத்திரம், தொடர்ச்சியாக வதைபடுகின்றான்; அவமானப்படுத்தப்படுகின்றான்; அதுவும் தன் சொந்த இன மக்களாலேயே. ஆயினும் ஆயுதம் அல்லது அதிகாரம் கையில் கிடைத்த பின்னர் அவன் பழிவாங்கும் ரீதியிலாக வன்முறைகளைச் செய்வதாக வருவதானது மிகவும் தவறான "காட்சிப்படுத்தல்". அதுபோல புலிகள் தவிர்ந்த பிற இயக்கத்தினர் மீது நாவலில் வருகின்ற சித்திகரிப்புகளில் எனக்கு உடன்பாடில்லை. புலிகளால் தடைசெய்யப்பட்ட பின்னர், இந்திய இராணுவ காலத்தில் மீண்டும் இலங்கை வந்த இந்த இயக்கங்களால் மக்கள் பலவித இன்னல்களுக்கு ஆளானார்கள் என்பது உண்மையென்றாலும், இந்த நாவலில் பல இடங்களில் குறிப்பாக பிற இயக்கங்கள் தடை செய்யப்படுவது போன்றவற்றில் விடுதலைப் புலிகளின் கண்ணோட்டத்துடனான வாதங்களே இடம்பெறுவதும் பெருமளவு மக்களும் அந்த நிலைப்பாட்டுடன் இருந்தனர் என்பது போன்ற ஒரு கருத்து வருவதும் முறையானதல்ல. அதேநேரம் இங்கே ஒரு வரையறைக்குட்பட்டு விடுதலைப் புலிகள் பற்றிய விமர்சனங்களை முன்வைப்பவர்களாக அமைகின்ற கீதபொன்கலன், ஜீவானந்தம் ஆகிய இரண்டு பாத்திரங்கள் முக்கியமானவை. இவர்கள் இருவருமே பார்த்தீனியத்தின் இறுதிப்பகுதியில் விடுதலைப் புலிகளின் அரசியல் செல்நெறியை ஏற்றுக்கொள்பவர்களாகவே மனமாற்றம் அடைபவர்களாகவும் இருக்கின்றனர்.

இங்கே ஒரு விடயத்தைக் குறிப்பாகச் சுட்டிக்காட்ட விரும்புகின்றேன். எமது காலத்தில் ஈழப்போராட்டத்தை கிட்டத்தட்ட விடுதலைப்புலிகளே முன்னெடுத்தனர். அந்தப் பின்னணியிலும், அன்று நாம் எதிர்கொண்ட ஒடுக்குமுறைகளுக்கு எதிராக போராடியவர்கள் என்ற வகையிலும் விடுதலைப்

புலிகள் பற்றிய மென்போக்கு எனக்கு இருக்கின்றது. ஆயினும், அரசியல், வரலாற்றுப் பிரக்ஞை கொண்டவனாக எமக்கு முன்னைய வரலாற்றை ஆழமாகவும் பரவலாகவும் படிக்கவும் அறிந்துகொள்ளவும் வேண்டிய தேவையை மிக முக்கியமானதாக உணர்கின்றேன். தமிழ் தேசியம் அல்லது ஈழத்தில் தமிழர்களின் இருப்பானது தனக்கு எதிரான ஒடுக்குமுறை இருக்கும்வரை அந்த ஒடுக்குமுறைக்கு எதிரான போராட்டத்தை முன்னெடுக்கவேண்டிய தேவையைக் கொண்டதாக இருக்கும். அந்தத் தேவையின் விளைவாக அந்தப் போராட்டத்தை முன்னெடுக்கின்ற அமைப்புகள் அல்லது கருவிகள் உருவாகும். இவை அனைத்தும் பதிவுசெய்யவும், ஆவணப்படுத்தவும் வேண்டியன. ஆயினும் அவ்விதமான பதிவுகளிலும் ஆவணப்படுத்தல்களிலும் வேண்டுமென்றே தமது தேர்வுகளுக்கு உட்பட்டு செய்கின்ற சாய்வுகள் கட்டாயம் தவிர்க்கப்படவேண்டியன.

ஈழத்தவர்களால் அண்மைக்காலமாக பலநாவல்கள் எழுதப்பட்டு வருகின்றன என்பது மிகுந்த ஆரோக்கியமான ஒன்று. 30 ஆண்டுகள் கொடிய போரல் பாதிக்கப்பட்ட அந்த மக்களின் எழுத்துகளில் போரும் அதன் கொடுமைகளும் நிறைந்திருப்பதைத் தவிர்க்க முடியாதது. அந்த வகையில் ஈழத்தில் இந்திய இராணுவம் அரங்கேற்றிய கொடுமைகளை பார்த்தீனியத்தினூடாக தமிழ்நதி படைப்பாக்கி இருப்பது முக்கியமான ஒன்று. தமிழகத்தில் இந்த நூல் கணிசமான வரவேற்பைப் பெற்றிருப்பதாக அறியமுடிகின்றது. இந்த நாவலூடாக அவர்கள் நிறையத் தகவல்களைப் பெற்றுக்கொள்வார்கள். இவ்வாறு பெறப்படுகின்ற தகவல்களையே ஈழம் பற்றிய தமது "அறிவாகவும்" வரித்துக்கொள்வார்கள். ஆயினும் அண்மைக்காலமாக எம்மவர்களிடையே வளர்ந்துவருகின்ற வரலாற்றைப் புனைவுகளில் இருந்து படிப்பது என்கிற வழக்கத்துடன் வைத்துப் பார்க்கின்றபோது சற்று எச்சரிக்கையுணர்வு தோன்றுகின்றது. அதன் அடிப்படையிலேயே எனது அவதானங்களுக்கு அழுத்தம் கொடுத்துப் பதிவுசெய்வது முக்கியமான பணி என்றே கருதுகின்றேன்.

யூலை, 2016.

முள்ளிவாய்க்கால்: நினைவுகூர்தலில் இருந்து அரசியல் செயற்பாடு நோக்கி...

ஈழத்தமிழர்களைப் பொறுத்தவரை பல்வேறு கட்டங்களாக அவர்கள் மீது நிகழ்த்தப்பட்ட இனப்படுகொலை உச்சத்தை அடைந்த காலப்பகுதியாக 2009 ஆம் ஆண்டில் இடம்பெற்ற இறுதிப்போர் காலப்பகுதியை குறிப்பிடமுடியும். இந்தப் போர் முடிவடைந்த நாளாகக் கருதப்படுகின்ற மே 18 இனை இனப்படுகொலை நாளாக நினைவுகூரும் பொருட்டு ஈழத்திலும், உலகின் பல்வேறு பாகங்களிலும் நினைவேந்தல் நிகழ்வுகள் தொடர்ச்சியாக ஒருங்கிணைக்கப்பட்டு வருகின்றன. இந்த நிகழ்வுகளின் உள்ளடக்கம், அவற்றின் பிரதிநிதித்துவம், அவை ஒருங்கிணைக்கப்படும் விதம் என்பன பற்றிய பல்வேறு விதமான உரையாடல்களும் விவாதங்களும் கடந்த 8 ஆண்டுகளாக எதுவிதக் குறையும் இல்லாமல் தொடர்ந்துகொண்டு இருக்கின்றன. அத்தகைய உரையாடல்களுக்கான எல்லாத் தேவைகளும் இருக்கும்படியாக ஈழத்தமிழர்களைப் பிரதிநித்துவப்படுத்துவதாக சொல்கின்ற அனேகக் கட்சிகளும் அமைப்புகளும் ஒற்றைத்தன்மையானவையாகவும் பல்வகைத்தன்மை பற்றி அக்கறைப்படாதவையுமாக இருக்கின்றன. எனவே, இந்த நிகழ்வுகள் அமைப்புகளையும் கட்சிகளையும் பிரதிநிதித்துவப்படுத்துவதாக சுருங்கிவிடாது ஈழத்தமிழர்கள் மீது நிகழ்த்தப்பட்ட இனப்படுகொலையினை அழுத்தமாகப் பதிவுசெய்வதாகவும், அவர்களின் விடுதலைக்கான தேவையையும் உரிமைகளையும் எடுத்துரைப்பதுடன் அவற்றை வெகுசன மயப்படுத்துவதற்கான முயற்சிகளையும் கொண்டிருப்பதாகவும் அமைவது முக்கியமானது.

நினைவேந்தல்கள் ஏன் அவசியமானவை என்பது பற்றி உரையாட வேண்டியது எமது சமகாலத்தின் தேவைகளில் ஒன்றாக இருக்கின்றது. முள்ளிவாய்க்கால் நினைவேந்தல் என்பது இனப்படுகொலை என்கிற தீர்மானம் எடுப்பதுடனோ, உறுதிமொழிகள் எடுப்பதுடனோ கடந்துபோய்விடக் கூடிய ஒன்றல்ல. அப்படித்தான் அது இருக்குமானால் அது எதுவித அரசியல் முக்கியத்துவம் வாய்ந்ததாக இருக்கப்போவதும் இல்லை. இன்னும் நேரடியாகச் சொல்லப்போனால் எமது சூழலில் நாம் இனப்படுகொலை, தேசியம், தேசம், அரசு, போர்க்குற்றம், பாசிசம் உள்ளிட்ட பல அரசியல் சொல்லாடல்களை அவற்றுக்கான அர்த்தம் தெரியாமல் வெற்றுச் சொற்களாக, "லேபிள்களாக" பயன்படுத்திக்கொண்டு இருக்கின்றோம் என்பதே கசப்பான உண்மை. மிக நீண்டகாலமாக விடுதலைப் போராட்டத்தை முன்னெடுத்த இனத்தைச் சேர்ந்தவர்களான எமது மக்கள் சரியான விதத்தில் அரசியல் மயப்படுத்தப்படவில்லை என்பதையே இது வெளிப்படுத்துகின்றது. ஓர் எளிய உதாரணமாக தேசம் என்பதும் நாடு என்பதும் ஒத்த கருத்துடைய சொற்கள் என்றுதானே சிறுவயதிலேயே படித்தோம். அப்படியானால் இரு தேசம், ஒரு நாடு என்பது ஏமாற்றுவேலை தானே என்கிற வாதத்தை அரசியல் அக்கறை கொண்டவர்கள் கூட பேசுவதையும் எழுதுவதையும் அண்மைக்காலத்தில் அவதானித்திருக்கின்றோம். இது ஒரு சமூகத்தின் அரசியல் வறுமையையே புலப்படுத்துகின்றது. அரசியல் சொல்லாடல்கள் பற்றிய சரியான தெளிவின்மையே எதிர்த்தரப்பினரால் கருத்துகளை நீர்த்துப்போகச் செய்வதற்கான காரணியாகவும் பயன்படுத்தப்படுகின்றது. ஓர் உதாரணத்துக்கு இனப்படுகொலை என்ற சொல்லை எடுத்துக்கொள்வோம், இதனை நீர்த்துப்போகவும் குழப்பத்தை ஏற்படுத்தவும் எதிர்த்தரப்பு கையாளும் உபாயங்களில் ஒன்று, ஓர் இனத்தையே கொன்றால் தானே இனப்படுகொலை, இலங்கையில் நடந்தது எப்படி இனப்படுகொலையாகும் என்று வாதிடுவது. இது போன்ற குழப்பத்தை ஏற்படுத்தும் வாதங்கள் செல்லுபடியாகவும் அரசியல் சொல்லாடல்களை அவற்றின் நேரடி. அகராதி அர்த்தத்தில் புரிந்துகொண்டு பலவீனப்படுத்தவும் முக்கிய காரணம் எமது சூழலில் இதுபோன்ற கருத்தியல் சார்ந்த விவாதங்களுக்கும் உரையாடல்களுக்கும் எழுத்துகளுக்குமான வெளியை ஊடகங்களும் அறிவுசீவிகளும் தலைமைகளும் முன்னெடுக்காமையே ஆகும்.

இனப்படுகொலை என்பதை எடுத்துக்கொண்டால் ஈழத்தில் நடந்தது இனப்படுகொலையே என்றும், வெவ்வேறு நாடுகளில் நடந்த இனப்படுகொலைகள் பற்றியும் அல்லது இவற்றைக் கேள்வி எழுப்பியவையுமாக கட்டுரைகள் வந்திருக்கின்றனவே அன்றி இனப்படுகொலை என்கிற கருத்தாக்கம் பற்றிய கோட்பாட்டு விளக்கம் தருவதாகவோ, வரலாற்றுப் பின்புலத்தின் இனப்படுகொலை என்கிற கருத்தாக்கத்தை வைத்து விளங்கக் கூடியதாகவோ எந்த நூல்களும் தமிழில் வரவும் இல்லை, முக்கிய நூல்கள் மொழிமாற்றம் செய்யப்படவும் இல்லை.

சில ஆண்டுகளுக்கு முன்னர் இனப்படுகொலை பற்றி தொடர்ச்சியாக வாசித்துக்கொண்டிருந்தபோது சிறுநூல்களாகவும், பிரசுரங்களாகவும் வழிகாட்டிகளாகவும் ஆங்கிலத்தில் பல்வேறு நூல்களை வாசிக்கக் கூடியதாக இருந்தது. தமிழில் அப்படி எதுவும் இல்லாதது மக்களை அரசியல் வறுமை கொண்டவர்களாக தொடர்ந்து வைத்திருப்பதுடன் செயற்பாட்டாளர்களையும் செயல்வாதங்களையும் பலவீனமானவையாக மாற்றுகின்றது. ஓர் உதாரணமாக *Jane Springer* என்பவர் எழுதிய *Genocide : A Groundwork Guide* என்கிற சிறுநூலை குறிப்பிட்டுச் சொல்லவேண்டும். இந்நூலில் இனப்படுகொலை என்கிற கருத்துருவாக்கத்தின் வரலாற்றையும் அதனை *Raphael Lemkin* வரைவிலக்கணம் செய்தது முதல் அது தனது முதல் வடிவில் இருந்து எப்படி வெவ்வேறு அம்சங்கள் சேர்க்கப்பட்டும் நீக்கப்பட்டும் எவ்விதம் மாற்றப்பட்டது என்பது பற்றிய விளக்கத்தைத் தருவதோடு இனப்படுகொலை பற்றிய வெவ்வேறு கோட்பாடுகள், இனப்படுகொலையை எதிர்கொள்ளுவதும் தடுப்பதும் பற்றிய முறைகள், வெவ்வேறு நாடுகளில் நடந்த இனப்படுகொலை பற்றிய கால ஒழுங்குப் பட்டியல் என்பன மிக நேர்த்தியாக பதிவு செய்யப்பட்டிருக்கின்றன. இனப்படுகொலைக்கு எதிரான செயற்பாட்டாளர்களுக்கு என்று வெளியிடப்பட்ட இந்தப் புத்தகத்தினை எவ்வாறு கற்பிப்பது என்கிற கைநூலாகக் கொள்ளத்தக்க சிறு வெளியீடு ஒன்றினையும் இப்புத்தகத்தை வெளியிட்ட *Groundwood Books* பதிப்பகத்தினர் வெளியிட்டிருந்தனர். இந்த நூலை மொழியாக்கம் செய்வதோ அல்லது இது போன்ற முயற்சிகளோ எமது சூழலில் மிக முக்கியமானவை. இனப்படுகொலை என்பதை ஒரு முன்னுதாரணமாகக் குறிப்பிட்டாலும் பாசிசம்,

குழந்தைப் போராளிகள், தேசியம் என்பன உள்ளிட்ட பல்வேறு விடயங்கள் தொடர்பாக இவ்வாறான கோட்பாட்டு நூல்கள் தமிழ் மொழியாக்கம் செய்யப்படுவதும் அவை மக்கள் மத்தியில் கொண்டு செல்லப்படுவதும் மிக முக்கியமானது, முள்ளிவாய்க்கால் நினைவேந்தல் போன்றவற்றோடு நின்றுவிடாது இது போன்ற செயற்திட்டங்களையும் முறைமையாகச் செய்வதற்கும் சங்கற்பம் பூணவேண்டியது முக்கியமானது.

மக்களை அரசியல் மயப்படுத்துவது என்பதுவும் எமது சூழலில் தேய்வழக்காகிவிட்டது என்றே சொல்லவேண்டும். எமது சூழலில் தகவல்களையும் சம்பவங்களையும் நபர்களையும் குறித்துப் பேசுவது என்பதே அரசியல் பேசுவது என்பதாகக் கருதப்பட்டு வருகின்ற ஒரு அவலநிலையே நிலவுகின்றது. இதற்கு மாற்றாக, இவற்றுக்குப் பின்னால் இருக்கக் கூடிய கருத்துநிலைகளைப் பற்றிப் பேசுவது நோக்கி நாம் நகரவேண்டும். ஊடகங்களும் கலை இலக்கியச் செயற்பாட்டாளர்களும் விசேட கவனத்துடன் இவற்றில் ஈடுபடவேண்டும். ஈழத்திலும் புலம்பெயர் நாடுகளிலும் இருந்து வெளிவரக்கூடிய பல்வேறு பத்திரிகைகளும் வார இதழ்களும் செய்திகளை வெளியிடுவது *(News Reporting என்ற அர்த்தத்தில்)*, அபிப்பிராயங்களை வெளியிடுவது, பேச்சுக்களை எழுத்து வடிவில் பிரசுரிப்பது, வெற்று அனுமானங்களை ஆய்வுகளாக வெளியிடுவது என்பதாக இருக்கின்றனரே தவிர இவற்றை கருத்தியல் பின்புலத்துடன் அணுகி ஆய்வு நோக்குடன் அணுகுகின்ற ஒரு மரபினை மறந்துவிட்டதாகவே தெரிகின்றது. அறிவுசீவிகளும் ஊடகங்களும் அரசியல் தலைமைகளும் இழைக்கின்ற இந்தத் தவறானது ஒட்டுமொத்த சமூகத்தையே அரசியல் ரீதியில் வலுவிலர் ஆக்குகின்றது. அதுபோலவே கலை இலக்கியச் செயற்பாட்டாளர்களும் சமூகப் பிரச்சனைகளையும் சம காலத்தில் மக்கள் எதிர்கொள்ளுகின்ற ஒடுக்குமுறைகளையும் நெருக்கடிகளையும் கலை இலக்கியங்களூடாக வெளிப்படுத்தவேண்டியது அவசியமாகும். கலை இலக்கியச் செயற்பாடுகளில் ஈடுபடுபவர்கள் சமூகம் பற்றிய புரிதலும் அக்கறையும் கொண்டவர்களாக இருக்கவேண்டியதுடன் தமது படைப்புக்களிலும் அவற்றை வெளிப்படுத்தவேண்டியது அவசியமாகின்றது. அதேநேரத்தில் அப்படி வெளிப்படுத்துவது என்பது அழகியல் தன்மை கொண்டதாயும் உயிர்த்துடிப்புள்ளதாயும்

இருக்கும்போதே அவை கலையாக மாறுகின்றன என்கிற புரிதலும் அவர்களுக்கு இருக்கவேண்டும். குறிப்பாக ஓவியங்கள், புகைப்படங்கள், வில்லுப்பாட்டு, கூத்து போன்ற கலைவடிவங்களூடாக நாம் அரசியலையும் இனப்படுகொலை பற்றிய பதிவுகளையும் மேற்கொள்ளுவதே முக்கியமான செயற்பாடாகும். இன்றைய சூழலில் தமது வரலாற்றையும் வரலாற்றில் தமக்கு இழைக்கப்பட்ட அநீதி, ஒடுக்குமுறை, இனப்படுகொலை போன்றவற்றையும் அடுத்த தலைமுறையினருக்கு எடுத்துச்செல்வதும் மிக கடினமானதாக இருக்கின்றது. எம்மைவிட மிகப் பெரும் ஊடக, பொருளாதார பின்னணிகள் இருந்தபோதும் கூட யூதர்களால் யூத இனப்படுகொலை பற்றி இளந்தலைமுறை யூதர்களிடம் சரியாகக் கொண்டுபோய்ச் சேர்க்கமுடியவில்லை என்றே விமர்சனங்கள் முன்வைக்கப்படுகின்றன. எனவே நினைவேந்தல்கள் செய்யப்படுகின்ற அதே சமநேரத்தில் நாம் நினைவழிப்புகளுக்கு எதிராகவும் நினைவழிவுகளுக்கு எதிராகவுமாகச் சேர்ந்தே செயற்படவேண்டி இருக்கின்றது. திரைப்படங்கள், ஓவியம், கூத்து உள்ளிட்ட ஆற்றுகைகள், இலக்கியம் போன்றவற்றினூடாக நாம் இந்த நினைவுகளைப் பதிவுசெய்வதானது ஒரு விதத்தில் நினைவழிவுகளுக்கு எதிரான செயற்பாடாகவும் ஆவணப்படுத்தலாகவும் அமையும். எமது சூழலில் கூட ஈழப்போராட்டத்தின் ஆரம்ப நாட்களில் சேரன், ஜெயபாலன் எழுதிய கவிதைகளும் மரணத்தில் வாழ்வோம் போன்ற தொகுப்புகளும் பின்னர் யாழ்ப்பாண வெளியேற்றம் குறித்து நிலாந்தன் எழுதிய யாழ்ப்பாணமே ஓ எனது யாழ்ப்பாணமே, பா. அகிலனின் இரண்டு கவிதைத் தொகுதிகள், முள்ளிவாய்க்கால் போரின் ஆரம்ப நாட்களில் வெளியான தீபச்செல்வனின் பதுங்குகுழியில் பிறந்த குழந்தை, போரை தொடர்ந்து விமர்சித்துக் கொண்டிருந்த எஸ்போஸின் எழுத்துக்கள் த. அகிலனின் மரணத்தின் வாசனை, வெவ்வேறு இயக்கங்களைச் சேர்ந்தவர்களின் நினைவுக் குறிப்புகள், போரையும், இயக்கங்களின் செயற்பாடுகளையும் விமர்சித்து எழுதப்பட்ட இலக்கியங்ககள், இயக்கங்கள் வெளியிட்ட இலக்கியங்கள், திரைப்படங்கள் என்று எண்ணிறைந்த முன்னுதாரணங்களைச் சொல்லமுடியும்.

இங்கே ஒரு விடயத்தை நாம் தெளிவாகப் புரிந்துகொள்ளவேண்டும். இனப்படுகொலை என்பது ஒரே தடவையில் ஒரு குறிக்கப்பட்ட பிரதேசத்தில் நடப்பதல்ல. இனப்படுகொலை கண்காணிப்பு நிறுவனம் இனப்படுகொலை என்பது ஒன்றுடன் ஒன்று தொடர்புபட்ட, ஒன்று மற்றதைப் பலப்படுத்துகின்ற எட்டுக் கட்டங்களில் நடைபெறுகின்றதாகக் குறிப்பிடுவதுடன் இனப்படுகொலையில் இருந்து பாதுகாப்பதற்கும் தடுப்பதற்குமான செயற்பாடுகளும் இந்த எட்டுக் கட்டங்களையும் எதிர்கொள்வதாக அமைகின்றது. ஈழத்துச் சூழலில் இத்தகைய வெவ்வேறு படிகளும் சம்பவங்களும் ஒன்று திரண்ட உச்சகட்ட நிகழ்வாக நாம் முள்ளிவாய்க்காலைக் கருதலாம்; அதேநேரம் இந்த வெவ்வேறு படிநிலைகளும் எப்படி ஈழத்தமிழர் மீது நிகழ்த்தப்பட்டன, முள்ளிவாய்க்காலுக்கு முன்னரும் எப்படி நேரடியாகவும் நுட்பமாகவும் வன்முறைகள் கட்டவிழ்க்கப்பட்டன என்பதையும் நாம் பதிவுசெய்யவும் கலை இலக்கியச் செயற்பாடுகளூடாக வெளிப்படுத்த வேண்டியவர்களாகவும் இருக்கின்றோம். அதேநேரத்தில் கடந்த காலங்களில் தமிழர் தரப்பினால் இழைக்கப்பட்ட இனச்சுத்திகரிப்பு, வன்முறைகள் பற்றிய புரிதலும் குற்ற உணர்வும் பொறுப்புக்கூறலும் எமக்கு இருக்கவேண்டியதும் அவசியமானது. ஒடுக்குமுறைக்கு எதிராகப் போராடுகின்ற இனமொன்று இன்னொரு ஒடுக்குமுறையை தானே செய்கின்றபோது அது தனது போராட்டத்துக்கான எல்லா தார்மீக நியாயங்களையும் இழந்துவிடுகின்றது!

இனப்படுகொலைக்கான நியாயத்தைக் கோரும்போது போரினால் காணாமற்போன, காணாமல் ஆக்கப்பட்ட மக்கள் பற்றியும், அரசியல் கைதிகள் பற்றியும் விபரங்கள் திரட்டுவதுடன் அவர்கள் பற்றிய இற்றைப்படுத்திய பதிவுகளை மேற்கொள்வது அவசியமானது. அதுபோலவே போரில் கொல்லப்பட்ட மக்கள், உடல் ரீதியான வன்முறைகள், பாலியல் வன்புணர்வுகள், அழிக்கப்பட்ட சொத்துக்கள், கையகப்படுத்தப்பட்ட நிலங்கள், திட்டமிட்டு நிகழ்த்தப்பட்ட குடியேற்றங்கள் என்பன பற்றிய விபரங்களைத் திரட்டுவதும் ஆவணங்களைப் பதிவுசெய்வதும் முக்கியமானது. முள்ளிவாய்க்கால் போரில் கொல்லப்பட்ட மக்கள் தொகை உட்பட எம்மிடம் நிறைய விபரங்கள் சரியான முறையில் பதிவுசெய்யப்படாமல் இருப்பது முக்கியமான பலவீனம் என்றே சொல்லவேண்டும்.

எம்மவர்கள் மத்தியில் நீண்டகாலமாக எமது வடுக்களைப் பேசுவது முரண்களையும் பிளவுகளையும் அதிகரிக்கும்; எனவே பழையதை மறந்துவிட்டு பகைமறப்பினை நோக்கிச் செல்வோம் என்கிற குரல்கள் நல்லிணக்கத்தின் குரல்களாக ஒலிக்கின்றன. இந்த விடயத்தில் நாம், ஒடுக்கும் தரப்பினர் / ஒடுக்கிய தரப்பினரே நல்லிணக்கத்துக்கான முதல் சமிக்ஞைகளையும் ஆர்வத்தையும் வெளிப்படுத்தவேண்டும் என்பதுவும், மாறாக தோற்ற / ஒடுக்கப்படும் தரப்பு பகை மறப்பு என்ற பெயரில் தனக்கு இழைக்கப்பட்ட அநீதிகளைப் பேசுவதையும் தனது உரிமைகளுக்கும் நியாயத்துக்குமாகவும் குரலெழுப்புவதைத் தவிர்ப்பதும் முழுமையான சரணாகதியாகவுமே முடியும் என்பதையும் தெளிவாகப் புரிந்துகொள்ளவேண்டும். பேரினவாதத்தின் தரப்பில் இருந்து மிகக் குறைவானோர் தமிழ் மக்களின் உரிமைகளுக்காகக் குரல்கொடுக்கின்றனர் என்பதை முன்னுதாரணமாகச் சுட்டிக்காட்டி அதனை பேரினவாதத்தின் புதிய குரலாக போலி நம்பிக்கைகளை விதைப்பது மிகப் பெரிய எதிர்விளைவுகளை ஏற்படுத்துவதாகவே அமையும். எரிக்கப்பட்ட யாழ் நூலகத்தைப் புனரமைத்தையும் கிளிநொச்சி மத்திய கல்லூரி, மாவீரர் துயிலும் இல்லங்கள் உள்ளிட்ட பல்வேறு நினைவுச்சின்னங்களை தேச ஒற்றுமை, நல்லிணக்கம் என்று கூறிக்கொண்டு அகற்றி வருவதையும் செய்யும் அதே அரச தரப்புத்தான் தமிழீழ விடுதலைப் புலிகள் தலதா மாளிகையில் நடத்திய குண்டுத் தாக்குதல் பற்றி கிட்டத்தட்ட ஒரு முழுமண்டபம் அளவுக்கு பல கோணங்களிலும் எடுக்கப்பட்ட புகைப்படங்கள் மற்றும் விவரணங்கள் ஊடாகவும் புதிதாக அமைக்கப்பட்ட போர் வெற்றியை கூறுகின்ற, தமிழீழ விடுதலைப் புலிகளின் தாக்குதல்களை பதிவுசெய்கின்ற நினைவுச்சின்னங்களை அமைத்து வருகின்றது என்பதையும் நாம் கருத்திற்கொள்வது அவசியமானதாகின்றது. எனவே முள்ளிவாய்க்கால் நினைவேந்தலை ஒருங்கிணைப்பதுடன் அதனை ஈழத்தமிழர்கள் மீது நிகழ்த்தப்பட்டது இனப்படுகொலையே என்கிற தீர்மானங்கள் நிறைவேற்றுவதுடன் மாத்திரம் நின்றுவிடாது இனப்படுகொலை நினைவுநாள் என்பதனை ஒரு அரசியற்செயற்பாடாகவும் மாற்றவேண்டும். அதுவே ஒடுக்குமுறைகளுக்கு எதிராக ஈழத்தமிழர் எதிர்கொள்ளக்கூடிய போராட்டத்தின் முக்கிய படியாக அமையும்.

மே 2017,
தாய்வீடு